ANG PANGHULI MGA PAGGAMOT SA UMAGA AKLAT NG LUTUIN

100 Mga cupcake, Buns, Cookies, tinapay sa agahan, At Higit Pa

Ismael Delgado

Copyright Material ©2024

Lahat ng Karapatan ay Nakalaan

Walang bahagi ng aklat na ito ang maaaring gamitin o ipadala sa anumang anyo o sa anumang paraan nang walang wastong nakasulat na pahintulot ng publisher at may-ari ng copyright, maliban sa mga maikling sipi na ginamit sa isang pagsusuri. Ang aklat na ito ay hindi dapat ituring na kapalit ng medikal, legal, o iba pang propesyonal na payo.

TALAAN NG MGA NILALAMAN

TALAAN NG NILALAMAN 3
PANIMULA 6
MUFFINS 8
1. Morning Glory Muffins 9
2. Pecan Pie Muffins 11
3. Red Currant Muffins 13
4. Orange-Currant Muffins 15
5. Bran Muffins 17
6. Apple-Cream Cheese Muffins 19
7. Carrot Currant Muffins 22
8. Lunchbox Spinach Muffins 25
9. Mini Blueberry Muffins na may Streusel 27
10. Limoncello Muffins 29
11. Mocha Muffins 31
12. Blueberry Mug Muffin 33
13. Banana Nut Mug Muffin 35
14. Raspberry Almond Mug Muffin 37
15. Marshmallow Muffin Puffs 39
16. Dalgona Muffins 41
17. Blueberry Avocado Mini Muffins 43
18. Lunchbox Mini Egg Muffins 45
19. Oreo muffins 47
20. Oatberry Yogurt Muffins 49
21. Mga Mini Frittata Muffin na Binalot ng Prosciutto 51

MGA ROLL 53
22. Orange Coffee Rolls 54
23. Pink Lemonade Cinnamon rolls 57
24. Chocolate Oreo Cinnamon Rolls 59
25. Red Velvet Cinnamon Rolls 62
26. Magdamag na Caramel Pecan Rolls 65
27. Patatas na cinnamon roll 67
28. Whipped cream pecan cinnamon rolls 70
29. Apple sauce cinnamon rolls 72
30. Orange cinnamon rolls 75

BISKWIT 77
31. Sweet Potato Biscuits 78
32. Buttermilk Biscuits 80
33. Pepperoni at Cheddar Breakfast Biscuits 82
34. Elderflower Melting Moments 84
35. Country Ham Biscuits 86

36. Sausage Gravy at Biskwit 88

MGA TINAPAY NG PANG-ALMUSAN 90

37. Chai-Spiced Banana Bread 91
38. Pumpkin Spice Banana Bread 94
39. Cinnamon Swirl Banana Bread 97
40. Açaí Banana Bread 100
41. Raisin Sweet Bread 102
42. Glazed Triple Berry Banana Bread 105
43. Tinapay ng Saging na Infused ng Blueberry 108
44. Tropical Banana Bread 110
45. Mango Banana Bread 113
46. Black Forest Banana Bread 116
47. Amaretto coconut bread 119
48. Tinapay ng beet nut 121

MGA SANDWICHE NG ALMUHAN 123

49. Mini Caprese Sandwich 124
50. Mini Chicken Salad Sandwich 126
51. Mini Turkey at Cranberry Sandwich 128
52. Mini Ham at Cheese Slider 130
53. Mini Veggie Club Sandwich 132
54. Mini Cucumber at Cream Cheese Sandwich 134
55. Mini Smoked Salmon at Dill Sandwich 136
56. Mini Egg Salad Sandwich 138
57. Mini Roast Beef at Horseradish Sandwich 140
58. Mini Watercress at Radish Sandwich 142

MGA SCONE 144

59. Mimosa Scones 145
60. Birthday Cake Scones 147
61. Cappuccino Scones 150
62. Ginger & Currant Scones 153
63. Cinnamon Walnut Scones 155
64. Limoncello Scones 158
65. Cinnamon coffee scones 160
66. Coconut and Pineapple Scones 162
67. Pumpkin Cranberry Scones 165
68. Pink Lemonade Scones 167
69. Buttery Scones 169
70. Passion Fruit Scones 171
71. Mint Scones 173
72. Amaretto Cherry Scones 175
73. Toblerone Scones 177
74. Yuzu Scones 179
75. Pistachio Scones 181

    76. Oatmeal cinnamon scone 183
    77. Margarita Scones 186
    78. Coconut flour scones na may sugar glaze 188
    79. Ginger & Currant Scones 191

MINIATURE CAKE **193**
    80. Cherry Coffee Cake 194
    81. Mini Victoria Sponge Cake 196
    82. Mini Lemon Drizzle Cake 198
    83. Mini Chocolate Éclairs 200
    84. Mini Coffee Walnut Cake 202
    85. Mini Afternoon Tea Cake 204
    86. Mini Carrot Cake Bites 207
    87. Mini Red Velvet Cake 209

CROISSANTS **212**
    88. Bread & butter croissant na may Toblerone 213
    89. Toblerone Croissant 215
    90. Nutella at Banana Croissant 217
    91. S'mores Croissants 219
    92. Mga croissant sandwich sa almusal 222
    93. Classic Bacon, Egg at Cheese Croissant 224
    94. Orange, Almond Croissant Sticky Buns 226
    95. Pistachio Croissant 229
    96. Hazelnut Chocolate Croissant 231
    97. Raspberry Croissant 233
    98. Peach Croissant 235
    99. Chocolate Covered Strawberry Croissant 237
    100. Gingerbread Croissant 239

KONKLUSYON **241**

PANIMULA

Isipin ang paggising sa bango ng mga bagong lutong pagkain na umaalingawngaw sa hangin, na nakakaakit sa iyo na simulan ang iyong araw sa isang masarap na nota. Ang pinakahuling agahan sa umaga ay sumasaklaw sa napakaraming mga delight, mula sa malalambot na muffin at patumpik-tumpik na roll hanggang sa mga buttery na biskwit at masaganang tinapay sa almusal, bawat isa ay nag-aalok ng sarap at ginhawa na nagtatakda ng perpektong tono para sa susunod na araw.

Ang mga muffin, na may malambot na texture at walang katapusang mga posibilidad ng lasa, ay mga pangunahing indulhensiya sa umaga. Mas gusto mo man ang klasikong blueberry, dekadenteng chocolate chip, o masarap na spinach at feta, mayroong muffin na babagay sa bawat taste bud. Ang mga handheld delight na ito ay hindi lamang maginhawa para sa mga abalang umaga ngunit nako-customize din upang mapaunlakan ang mga kagustuhan sa pandiyeta, gaya ng gluten-free o vegan na mga opsyon.

Ang mga rolyo, maging cinnamon man, orange, o malagkit na pecan, ay nagpapataas ng karanasan sa umaga sa kanilang malambot na mumo at malapot na palaman. Ang isang kagat sa isang mainit, bagong lutong roll ay nagpapakita ng mga layer ng tamis at init, na ginagawang imposibleng pigilan ang pag-abot ng ilang segundo. Tinatangkilik man sa tabi ng isang umuusok na tasa ng kape o bilang sentro ng isang nakakalibang na brunch na kumakalat, ang mga roll ay nagdaragdag ng touch ng indulgence sa anumang gawain sa umaga.

Ang mga biskwit, na may mga patumpik-tumpik na mga layer at buttery richness nito, ay isang paboritong staple ng Southern cuisine at mga morning menu. Ipares man sa malasang sausage gravy, binuhusan ng pulot, o pinalamanan ng keso at mga halamang gamot, ang mga biskwit ay nag-aalok ng isang kasiya-siyang kumbinasyon ng kaginhawahan at kasiyahan na nag-iiwan ng mga lasa ng pananabik nang higit pa. Pinasinungalingan ng pagiging simple ng mga sangkap ang pagiging kumplikado ng mga lasa, na ginagawang paborito ang mga biskwit para sa mga mahilig sa almusal.

Ang mga tinapay na pang-almusal, tulad ng banana bread, zucchini bread, at pumpkin bread, ay nag-aalok ng magandang simula sa araw na may mamasa-masa nitong texture at natural na tamis. Puno ng mga prutas, gulay, at mani, ang mga tinapay na ito ay hindi lamang masarap kundi masustansya din, na nagbibigay ng pinagmumulan ng enerhiya at kasiyahan na tumatagal nang lampas sa mga oras ng umaga. Nasiyahan man sa plain o toasted na may isang maliit na butil ng mantikilya, ang mga tinapay sa almusal ay isang masarap na paraan upang isama ang mga masustansyang sangkap sa iyong gawain sa umaga.

Higit pa sa mga classic na ito, malawak at iba-iba ang mundo ng mga morning treat, na sumasaklaw sa lahat mula sa mga scone at coffee cake hanggang sa mga croissant at Danish na pastry. Ang bawat treat ay nag-aalok ng sarili nitong kakaibang pang-akit, ito man ay ang flakiness ng isang croissant, ang crumbly topping ng isang coffee cake, o ang banayad na tamis ng isang scone. Sa walang katapusang mga posibilidad na galugarin, ang pinakahuling pag-aalaga sa umaga ay nangangako na magpapasaya at magbibigay inspirasyon, na ginagawang pambihira ang karaniwan sa bawat napakasarap na kagat.

MUFFINS

1. Morning Glory Muffins

MGA INGREDIENTS:
- 2 tasang all-purpose na harina
- 1¼ tasa ng asukal
- 2 kutsarita ng baking soda
- 2 kutsarita ng kanela
- ½ kutsarita ng asin
- 2 tasang karot, binalatan at gadgad
- ½ tasang pasas
- ½ tasang tinadtad na pecan
- 3 itlog, pinalo
- 1 tasang mantika
- 1 mansanas, binalatan, tinadtad, at ginutay-gutay
- 2 kutsarita ng vanilla extract

MGA TAGUBILIN:
a) Sa isang malaking mangkok, pagsamahin ang harina, asukal, baking soda, cinnamon, at asin.
b) Paghaluin ang mga karot, pasas, at pecan. Sa isang hiwalay na mangkok, pagsamahin ang mga itlog, langis, mansanas, at banilya.
c) Magdagdag ng pinaghalong itlog sa pinaghalong harina; haluin hanggang pagsamahin na lang. Kutsara sa greased o paper-lineed muffin cups, filling ¾ full.
d) Maghurno sa 350 degrees para sa 15 hanggang 18 minuto, hanggang sa ginintuang.

2.Pecan Pie Muffins

MGA INGREDIENTS:
- 1 tasa light brown sugar, nakaimpake
- ½ tasang all-purpose na harina
- 2 itlog, pinalo
- ⅔ tasa ng mantikilya, natunaw
- 1 tasang tinadtad na pecan
- Opsyonal: pecan halves

MGA TAGUBILIN:
a) Sa isang mangkok, haluin ang lahat ng sangkap maliban sa halves ng pecan. Punan ng greased mini muffin cups ⅔ full.
b) Itaas ang bawat isa na may kalahating pecan, kung gagamit.
c) Maghurno sa 350 degrees para sa 12 hanggang 15 minuto, hanggang sa ginintuang.

3. Mga Red Currant Muffins

MGA INGREDIENTS:
- 1 tasang asukal
- 2 tasang pulang currant
- 1 ½ tasang all-purpose na harina
- ½ tasa ng buong harina ng trigo
- 1 kutsarang baking powder
- ½ tasang gatas
- 1 ½ kutsarita ng vanilla extract
- ½ tasa ng mantikilya, natunaw
- 2 organikong itlog, malaki ang laki
- ½ kutsarita ng asin

MGA OPSYONAL NA INGREDIENTS
- Magaspang na asukal para sa pagwiwisik
- ¼ tasa ng hiniwang almendras

MGA TAGUBILIN:
a) Ihanay ang mga muffin lata sa mga liner at pagkatapos, painitin muna ang iyong hurno sa 375 F nang maaga.
b) Susunod, haluin ang mga harina na may baking powder, asukal at asin sa isang medium hanggang large-sized na mangkok ng paghahalo hanggang sa halo-halong mabuti, itabi ang pinaghalong.
c) Haluin ang gatas na may tinunaw na mantikilya, katas at mga itlog sa isang maliit na sukat na tasa o mangkok na likido. Ibuhos ang halo na ito sa ibabaw ng mga tuyong sangkap at ipagpatuloy ang paghahalo ng mga sangkap hanggang sa pagsamahin lamang. I-fold ang mga currant, itabi ang ½ tasa ng currant sa itaas.
d) Punan ang bawat muffin cup na humigit-kumulang ¾ na puno ng inihandang batter at palamutihan ang bawat tasa ng mga nakatabi na currant at asukal o almond. Siguraduhin na hindi mo mapuno ng sobra ang mga tasa. Maghurno sa preheated oven hanggang maging golden brown at lumabas ang toothpick na malinis, sa loob ng 25 hanggang 30 minuto.

4. Orange-Currant Muffins

MGA INGREDIENTS:
- 2 ¼ tasa ng all-purpose na harina
- ¼ cup orange juice concentrate, frozen at lasaw
- 2 kutsarita ng orange peel, gadgad
- ¾ tasa ng gatas
- 1 bahagyang pinalo na itlog, malaki ang laki
- ½ tasang asukal
- 3 kutsarita ng baking powder
- ¼ tasa ng mga pasas o currant
- 1 kutsarita orange peel, gadgad
- 1/3 tasa ng langis ng gulay
- 3 kutsarang asukal
- ¼ kutsarita ng asin

MGA TAGUBILIN:

a) Pahiran ng muffin liner ang isang standard sized na muffin tin at pagkatapos, painitin muna ang oven sa 400 F.

b) Talunin ang gatas na may juice concentrate, mantika, itlog at 2 kutsarita na balat ng orange sa isang malaking mixing bowl hanggang sa haluing mabuti. Kapag tapos na, haluin ang harina na sinundan ng ½ tasa ng asukal, baking powder at asin hanggang sa mamasa-masa lang ang harina, tiklupin ang mga currant o pasas.

c) Pantay-pantay na hatiin ang inihandang batter sa mga muffin cup. Paghaluin ang 1 kutsarita ng orange peel at 3 kutsarang asukal pagkatapos, iwiwisik ang ibabaw ng batter sa mga tasa.

d) Maghurno hanggang maging light golden brown, sa loob ng 20 hanggang 25 minuto. Agad na alisin mula sa kawali. Ihain kaagad at magsaya.

5. Bran Muffins

MGA INGREDIENTS:
- 2 tasang bran cereal flakes o 1 ¼ tasa ng cereal
- ½ kutsarita ng vanilla
- 1 ¼ tasa ng all-purpose na harina
- ½ tasa ng brown sugar, nakaimpake
- 3 kutsarita ng baking powder
- 1 organic na itlog, malaki ang laki
- ¼ kutsarita ng giniling na kanela
- ¼ tasa ng langis ng gulay
- 1 1/3 tasa ng gatas
- ¼ kutsarita ng asin

MGA TAGUBILIN:

a) Punan ang bawat muffin cup na may papel na baking cup at pagkatapos, painitin muna ang iyong oven sa 400 F nang maaga.

b) Pagkatapos ay igulong ang cereal sa isang malaking re-sealable na plastic bag gamit ang rolling pin at durugin ang cereal sa mga pinong mumo.

c) Haluin ang dinurog na cereal na may gatas, banilya at mga pasas sa isang medium-sized na mangkok ng paghahalo hanggang sa halo-halong mabuti. Hayaang tumayo hanggang lumambot ang cereal, sa loob ng ilang minuto. Talunin ang itlog at mantika gamit ang isang tinidor.

d) Haluin ang harina na may baking powder, brown sugar, cinnamon at asin sa isang hiwalay na medium-sized na mangkok ng paghahalo hanggang sa maihalo. Haluin ang inihandang pinaghalong harina sa pinaghalong cereal hanggang ang harina ay basa-basa lamang. Pantay-pantay na hatiin ang mga inihandang tasa sa batter.

e) Maghurno hanggang sa lumabas ang isang toothpick na malinis, sa loob ng 20 hanggang 25 minuto. Sa sandaling tapos na, hayaang lumamig sa kawali sa loob ng 5 minuto, alisin sa isang cooling rack at hayaang ganap na lumamig. Ihain kaagad at magsaya.

6. Apple-Cream Cheese Muffins

MGA INGREDIENTS:
PARA SA STREUSEL
- 3 kutsarang brown sugar, nakaimpake
- 1 kutsarang margarin o mantikilya, pinalambot
- 2 kutsarang all-purpose na harina

PARA SA MUFFINS
- 1/3 tasa ng cream cheese
- 1 mansanas, malaki, binalatan at ginutay-gutay
- ¾ tasa ng brown sugar, nakaimpake
- ½ kutsarita ng asin
- 1 ¾ tasa ng all-purpose na harina
- ¼ tasa ng mansanas
- 1 kutsarita ng baking powder
- ½ kutsarita ng giniling na kanela
- 2 pinalo na itlog, malaki ang laki
- 2/3 tasa ng langis
- 1 kutsarita ng vanilla

MGA TAGUBILIN:

a) Linya ang 15 muffin cup na may paper baking cups at pagkatapos, painitin muna ang iyong oven sa 350 F nang maaga. Magreserba ng humigit-kumulang 1 kutsara ng brown sugar sa muffins para sa pagpuno.

b) Susunod, pagsamahin ang natitirang brown sugar na may 1 ¾ tasa ng harina, baking powder, kanela at asin gamit ang isang electric mixer sa isang malaking mangkok hanggang sa halo-halong mabuti, sa mababang bilis. Magreserba ng 1 kutsara ng binating itlog para sa pagpuno. Magdagdag ng sarsa ng mansanas, mantika, natitirang itlog at banilya sa pinaghalong harina. Patuloy na talunin ang mga sangkap hanggang sa halo-halong mabuti, sa katamtamang bilis. Kapag tapos na, haluin ang mansanas gamit ang isang kutsara.

c) Ngayon, pagsamahin ang cream cheese na may nakatabi na brown sugar at nakareserbang itlog sa isang maliit na laking mixing bowl. Punan ang bawat muffin cup na humigit-kumulang 2/3 puno ng inihandang batter. Ibabaw ang bawat isa ng 1 kutsarita ng cream cheese mixture at pagkatapos, itaas ng kutsarang natirang batter. Pagsamahin ang lahat ng sangkap ng streusel sa isang maliit na laki ng mixing bowl, iwiwisik sa ibabaw ng batter.

d) Maghurno sa preheated oven hanggang lumabas ang isang toothpick na malinis, sa loob ng 22 hanggang 26 minuto. Alisin mula sa kawali at hayaang lumamig nang bahagya sa loob ng 8 hanggang 10 minuto.

7.Mga Carrot Currant Muffins

MGA INGREDIENTS:
- 1/3 tasang naka-pack na brown sugar
- ¼ tasa plain Greek yogurt
- 1 tasang makalumang rolled oats
- ½ kutsarita ng baking soda
- 1 kutsarang suka
- ¼ kutsarita ng allspice
- 1 tasang all-purpose na harina
- ¼ tasa ng whole wheat flour o puting whole wheat flour
- 1 kutsarita ng baking powder
- ¾ tasa ng gatas na walang gatas o normal na gatas
- 1 kutsarita ng giniling na kanela
- 1/8 kutsarita ng ground nutmeg
- ¼ tasa ng unsweetened applesauce
- 1 organic na itlog, malaki
- ¼ kutsarita ng vanilla
- 1/3 tasa ng mga currant
- 1 tasang karot, ginutay-gutay o gadgad
- ½ tasa baking walnuts, tinadtad
- ¼ tasa ng mantikilya, natunaw at bahagyang pinalamig
- ¼ kutsarita ng asin

MGA TAGUBILIN:
a) Pagsamahin ang mga oats na may gatas, yogurt at suka sa isang malaking-sized na mangkok ng paghahalo, ihalo nang mabuti ang mga sangkap at hayaang lumambot ang mga oats, sa loob ng isang oras.
b) Susunod, bahagyang balutin ang isang non-stick muffin pan na may mantikilya at pagkatapos, painitin muna ang iyong oven sa 375 F nang maaga.
c) Pagsamahin ang mga harina na may allspice, baking powder, nutmeg, baking soda, cinnamon, at asin sa isang hiwalay na medium-sized na mixing bowl.
d) Haluin ang itlog na may banilya, mansanas, brown sugar, mantikilya, currant, at karot sa mangkok na may pinaghalong oat,

patuloy na paghaluin ang mga sangkap gamit ang isang tinidor hanggang sa maisama nang mabuti.

e) Pagsamahin ang mga tuyong sangkap at dahan-dahang salain ang inihandang pinaghalong harina sa pinaghalong karot gamit ang isang salaan o isang salaan. Kapag tapos na, haluin nang mabuti ang mga sangkap gamit ang isang tinidor hanggang sa pagsamahin lamang.

f) Kapag tapos na, agad na tiklupin ang mga walnuts.

g) Punan ang inihandang muffin tin na humigit-kumulang ¾ na puno ng inihandang batter.

h) Maghurno sa preheated oven hanggang lumabas ang isang toothpick na malinis, sa loob ng 15 hanggang 20 minuto. Itabi sa isang wire rack upang ganap na lumamig. Ihain at magsaya.

8. Lunchbox Spinach Muffins

MGA INGREDIENTS:
- 2 tasang all-purpose na harina
- 1 kutsarang baking powder
- ½ kutsarita ng asin
- ½ kutsarita ng bawang pulbos
- ¼ kutsarita ng itim na paminta
- 2 tasang sariwang spinach, tinadtad
- 1 tasang gatas
- ¼ tasa unsalted butter, natunaw
- 2 itlog
- 1 tasang ginutay-gutay na cheddar cheese

MGA TAGUBILIN:

a) Painitin muna ang iyong oven sa 375°F (190°C) at lagyan ng mga paper liner ang muffin tin o grasa ito.
b) Sa isang malaking mangkok, haluin ang harina, baking powder, asin, pulbos ng bawang, at itim na paminta.
c) Sa isang blender o food processor, timpla ang tinadtad na spinach, gatas, tinunaw na mantikilya, at mga itlog hanggang sa makinis.
d) Ibuhos ang pinaghalong spinach sa mangkok na may mga tuyong sangkap at haluin hanggang sa pagsamahin lamang.
e) Haluin ang ginutay-gutay na cheddar cheese.
f) Hatiin ang batter nang pantay-pantay sa mga muffin cup.
g) Maghurno ng 15-18 minuto, o hanggang sa malinis na lumabas ang isang toothpick na ipinasok sa gitna ng muffin.
h) Hayaang lumamig ang muffins bago ilagay ang mga ito sa lunchbox.

9. Mini Blueberry Muffins na may Streusel

MGA INGREDIENTS:
PARA SA MUFFINS:
- ¾ kutsarita ng xanthan gum
- 1 tasang blueberries, sariwa
- ¾ kutsarita ng baking soda
- ½ tasang asukal
- 1 ½ tasang all-purpose rice flour blend, gluten free
- ½ kutsarita gluten-free baking powder
- 2 organic na itlog, malaki
- ¼ tasa ng tinunaw na langis ng niyog
- ½ kutsarita ng giniling na kanela
- 1 tasang almond milk
- ¼ kutsarita ng asin

PARA SA STREUSEL:
- 2 kutsarang all-purpose rice flour na timpla, walang gluten
- ¼ tasa ng oats, gluten-free
- 1 kutsarita ng tubig
- ¼ tasa ng mga walnut, tinadtad
- 1 kutsarang langis ng niyog
- 1/3 tasa ng light brown sugar

MGA TAGUBILIN:
a) Pahiran ng bahagya ang 24 na mini muffin cup ng cooking spray at pagkatapos, painitin muna ang iyong oven sa 350 F nang maaga.
b) Susunod, pagsamahin ang lahat ng mga sangkap ng streusel sa isang medium-sized na mangkok ng paghahalo hanggang sa halo-halong mabuti, itabi ang pinaghalong.
c) Pagsamahin ang 1 ½ tasang pinaghalo ng harina na may baking powder, xanthan gum, baking soda, cinnamon at asin sa isang malaking mixing bowl, hinalo nang mabuti gamit ang whisk. Idagdag ang mga natirang sangkap at sa wakas ay tiklupin ang mga sariwang blueberries. Punan nang pantay ang mga muffin cup ng inihandang batter. Itaas ang bawat tasa ng isang kutsarita ng streusel.
d) Maghurno sa preheated oven hanggang lumabas ang isang toothpick na malinis, sa loob ng 20 hanggang 25 minuto. Ilipat sa wire rack at hayaang lumamig ng 10 minuto, ihain at magsaya.

10. Limoncello Muffins

MGA INGREDIENTS:
- 2 tasang all-purpose na harina
- ½ tasang asukal
- 1 kutsarang baking powder
- ¼ kutsarita ng asin
- ½ tasang tinunaw na mantikilya
- ¾ tasa ng gatas
- ¼ tasa Limoncello liqueur
- 2 malalaking itlog
- Sarap ng 2 lemon

MGA TAGUBILIN:
a) Painitin muna ang iyong oven sa 375°F (190°C) at lagyan ng mga paper liner ang muffin tin.
b) Sa isang malaking mangkok, pagsamahin ang harina, asukal, baking powder, at asin.
c) Sa isa pang mangkok, haluin ang tinunaw na mantikilya, gatas, Limoncello, itlog, at lemon zest.
d) Ibuhos ang mga basang sangkap sa mga tuyong sangkap at haluin hanggang sa pagsamahin lamang.
e) Hatiin ang batter nang pantay-pantay sa mga muffin cup, pinupuno ang bawat isa ng halos ¾ puno.
f) Maghurno ng 18-20 minuto o hanggang sa malinis na lumabas ang isang toothpick na ipinasok sa gitna.
g) Hayaang lumamig ang mga muffin sa kawali sa loob ng ilang minuto, pagkatapos ay ilipat ang mga ito sa wire rack upang ganap na lumamig.

11. Mocha muffins

MGA INGREDIENTS:
- 2 tasang all-purpose na harina
- ¾ tasa at 1 Kutsarang asukal
- 2½ kutsarita ng baking powder
- 1 kutsarita ng kanela
- ½ kutsarita ng asin
- 1 tasang gatas
- 2 Kutsara plus ½ kutsarita instant coffee granules, hinati
- ½ tasa ng mantikilya, natunaw
- 1 itlog, pinalo
- 1½ kutsarita vanilla extract, hinati
- 1 tasang mini semi-sweet chocolate chips, hinati
- ½ tasa ng cream cheese, pinalambot

MGA TAGUBILIN:
a) Pagsamahin ang harina, asukal, baking powder, cinnamon, at asin sa isang malaking mangkok.
b) Pagsamahin ang gatas at 2 kutsarang butil ng kape sa isang hiwalay na mangkok hanggang sa matunaw ang kape.
c) Magdagdag ng mantikilya, itlog, at isang kutsarita ng banilya; haluing mabuti. Haluin sa mga tuyong sangkap hanggang sa mamasa-masa lamang. I-fold sa ¾ cup chocolate chips.
d) Punan ang mga tasang muffin na may mantika o nilagyan ng papel na ⅔ puno. Maghurno sa 375 degrees sa loob ng 17 hanggang 20 minuto. Palamigin ng 5 minuto bago alisin mula sa mga kawali patungo sa mga wire rack.
e) Pagsamahin ang cream cheese at natitirang mga butil ng kape, vanilla, at chocolate chips sa isang food processor o blender. Takpan at iproseso hanggang sa maihalo.
f) Ihain ang pinalamig na pagkalat sa gilid.

12. Blueberry Mug Muffin

MGA INGREDIENTS:
- 4 na kutsarang all-purpose na harina
- 2 kutsarang butil na asukal
- ⅛ kutsarita ng baking powder
- Kurot ng asin
- 3 kutsarang gatas
- 1 kutsarang langis ng gulay
- ¼ kutsarita vanilla extract
- Isang dakot ng sariwa o frozen na blueberries

MGA TAGUBILIN:
a) Sa isang microwave-safe mug, pagsamahin ang all-purpose flour, granulated sugar, baking powder, at isang kurot na asin. Haluing mabuti para pagsamahin.
b) Idagdag ang gatas, vegetable oil, at vanilla extract sa mug. Haluin hanggang sa maging makinis ang batter at walang matitirang bukol.
c) Dahan-dahang tiklupin ang sariwa o nagyelo na mga blueberry sa batter, na ipinamahagi ang mga ito nang pantay-pantay sa kabuuan.
d) Ilagay ang mug sa microwave at lutuin sa mataas na kapangyarihan sa loob ng mga 1-2 minuto, o hanggang sa tumaas ang muffin at mailagay sa gitna. Ang eksaktong oras ng pagluluto ay maaaring mag-iba depende sa wattage ng iyong microwave, kaya bantayan ito.
e) Maingat na alisin ang mug mula sa microwave (maaaring mainit ito) at hayaang lumamig ang muffin sa loob ng isang minuto o dalawa bago ito tangkilikin.
f) Maaari mong kainin ang muffin nang direkta mula sa mug o gumamit ng isang kutsara upang ilipat ito sa isang plato o mangkok.
g) Opsyonal, maaari mong lagyan ng alikabok ang tuktok ng muffin ng may pulbos na asukal o pahiran ito ng glaze na gawa sa powdered sugar at kaunting gatas para sa dagdag na tamis.
h) I-enjoy kaagad ang iyong homemade Blueberry Muffin habang mainit at masarap pa!

13. Banana Nut Mug Muffin

MGA INGREDIENTS:
- 4 na kutsarang all-purpose na harina
- 2 kutsarang butil na asukal
- ¼ kutsarita ng baking powder
- Kurot ng asin
- ½ hinog na saging, minasa
- 2 kutsarang gatas
- 1 kutsarang langis ng gulay
- 1 kutsarang tinadtad na walnut (opsyonal)

MGA TAGUBILIN:
a) Sa isang microwave-safe mug, paghaluin ang harina, asukal, baking powder, at asin.
b) Idagdag ang minasa na saging, gatas, at langis ng gulay, at haluin hanggang sa mahusay na pinagsama. Tiklupin ang tinadtad na mga walnut.
c) Microwave sa high power sa loob ng 1-2 minuto o hanggang maluto ang muffin.

14. Raspberry Almond Mug Muffin

MGA INGREDIENTS:
- 4 na kutsarang all-purpose na harina
- 2 kutsarang butil na asukal
- ¼ kutsarita ng baking powder
- Kurot ng asin
- 2 kutsarang gatas
- 1 kutsarang langis ng gulay
- ¼ kutsarita ng almond extract
- Isang dakot ng sariwa o frozen na raspberry
- Hiniwang almond para sa topping

MGA TAGUBILIN:
a) Sa isang microwave-safe mug, paghaluin ang harina, asukal, baking powder, at asin.
b) Idagdag ang gatas, langis ng gulay, at katas ng almond, at pukawin hanggang sa maayos na pinagsama.
c) Dahan-dahang tiklupin ang mga raspberry. Microwave sa high power sa loob ng 1-2 minuto o hanggang maluto ang muffin.
d) Budburan ng hiniwang almond.

15. Marshmallow Muffin Puffs

MGA INGREDIENTS:
- 1 tube crescent roll
- 8 marshmallow
- 3 kutsarang mantikilya, natunaw
- 3 kutsarang asukal
- 1 kutsarita ng kanela

MGA TAGUBILIN:
a) Painitin muna ang hurno sa 375 degrees F. Pahiran ang 8 muffin cup.
b) Sa isang maliit na mangkok, matunaw ang mantikilya.
c) Sa isa pang maliit na mangkok, pagsamahin ang cinnamon at asukal.
d) Roll marshmallow sa tinunaw na mantikilya; pagkatapos ay igulong sa pinaghalong cinnamon-sugar. I-wrap sa isang crescent roll triangle, siguraduhing mahigpit na selyado.
e) Ilagay ang mga ito sa isang inihandang kawali. Maghurno ng 8-10 minuto hanggang mag-golden brown.

16. Dalgona Muffins

MGA INGREDIENTS:
- 2 tasang all-purpose na harina
- ½ tasang asukal
- 1 kutsarang baking powder
- ½ kutsarita ng asin
- 1 tasang gatas
- ½ tasa ng langis ng gulay
- 2 itlog
- 2 kutsarang instant na kape
- 2 kutsarang mainit na tubig

MGA TAGUBILIN:
a) Painitin muna ang oven sa 375°F (190°C) at lagyan ng mga paper liner ang muffin tin.
b) Sa isang mangkok ng paghahalo, pagsamahin ang harina, asukal, baking powder, at asin.
c) Sa isang hiwalay na mangkok, haluin ang gatas, langis ng gulay, at mga itlog.
d) Dahan-dahang idagdag ang mga basang sangkap sa mga tuyong sangkap, haluin hanggang sa pagsamahin lamang.
e) Sa isang maliit na mangkok, haluin ang instant na kape at mainit na tubig hanggang mabula.
f) Dahan-dahang i-fold ang coffee froth sa batter.
g) Punan ang bawat tasa ng muffin tungkol sa ¾ puno ng batter.
h) Maghurno ng 18-20 minuto o hanggang sa malinis na lumabas ang isang toothpick na ipinasok sa gitna.
i) Hayaang lumamig ang muffins bago ihain.
j) Tangkilikin ang kasiya-siyang Dalgona muffins bilang isang almusal o meryenda!

17. Blueberry Avocado Mini Muffins

MGA INGREDIENTS:
- 1 tasang all-purpose na harina
- ½ tasang oats
- ½ tasang asukal
- 1 ½ kutsarita ng baking powder
- ¼ kutsarita ng asin
- 1 hinog na abukado, minasa
- ½ tasang gatas
- 1 malaking itlog
- 1 kutsarita vanilla extract
- 1 tasa sariwa o frozen na blueberries

MGA TAGUBILIN:

a) Painitin muna ang iyong oven sa 375°F (190°C) at lagyan ng mga paper liner ang mini muffin tin o lagyan ng mantika ito.
b) Sa isang malaking mangkok, haluin ang harina, oats, asukal, baking powder, at asin.
c) Sa isang hiwalay na mangkok, paghaluin ang minasa na avocado, gatas, itlog, at vanilla extract.
d) Idagdag ang mga basang sangkap sa mga tuyong sangkap at haluin hanggang sa pagsamahin lamang.
e) Dahan-dahang tiklupin ang mga blueberries.
f) Ibuhos ang batter sa mga mini muffin cup, punan ang bawat isa nang halos tatlong-ikaapat na puno.
g) Maghurno ng 12-15 minuto, o hanggang sa malinis na lumabas ang isang toothpick na ipinasok sa gitna ng muffin.
h) Hayaang lumamig ang mga mini muffin bago ilagay ang mga ito sa lunchbox.

18. Lunchbox Mini Egg Muffins

MGA INGREDIENTS:
- 6 na itlog
- ¼ tasa ng gatas
- ½ tasang ginutay-gutay na cheddar cheese
- ¼ tasa ng diced na gulay (bell peppers, spinach, mushrooms, atbp.)
- Asin at paminta para lumasa

MGA TAGUBILIN:
a) Painitin muna ang oven sa 350°F (175°C) at lagyan ng mantika ang isang mini muffin tin.
b) Sa isang mangkok, haluin ang mga itlog, gatas, asin, at paminta.
c) Haluin ang keso at hiniwang gulay.
d) Ibuhos ang halo sa inihandang muffin tin, na pinupuno ang bawat tasa ng halos dalawang-katlo na puno.
e) Maghurno para sa 12-15 minuto o hanggang sa ang muffins ay itakda at bahagyang ginintuang.
f) Hayaang lumamig bago ilagay ang mga ito sa lunchbox.

19.Oreo muffins

MGA INGREDIENTS:
- 1¾ tasang All-purpose na harina
- ½ tasang Asukal
- 1 kutsarang baking powder
- ½ kutsarita ng Asin
- ¾ tasa ng Gatas
- ⅓ tasa ng kulay-gatas
- 1 Itlog
- ¼ tasa ng margarin, natunaw
- 20 Oreo chocolate sandwich cookies, magaspang

MGA TAGUBILIN:

a) Sa isang medium na mangkok, pagsamahin ang harina, asukal, baking powder, at asin, at itabi.
b) Sa isang maliit na mangkok, pagsamahin ang gatas, kulay-gatas, at itlog, at haluin sa pinaghalong harina na may margarine hanggang sa halo-halong lamang.
c) Dahan-dahang ihalo ang cookies.
d) Ilagay ang batter sa 12 greased 2½-inch muffin-pan cups.
e) Maghurno sa 400F sa loob ng 20 hanggang 25 minuto.
f) Alisin sa kawali, at palamig sa wire rack. Ihain nang mainit o malamig.

20. Oatberry Yogurt Muffins

MGA INGREDIENTS:
- 2¼ tasang oat flour
- 1 kutsarang baking powder
- ¾ kutsarita ng asin
- ½ tasang dry sweetener
- ⅔ tasa ng unsweetened na plant-based na gatas
- ½ tasang unsweetened applesauce
- ½ tasa na walang tamis na plain soy yogurt
- 2 kutsarita purong vanilla extract
- 1¼ cup berries (tulad ng blueberries, raspberries, o blackberries), hinati

MGA TAGUBILIN:
a) Painitin muna ang oven sa 350°F. Ihanay ang 12-cup muffin pan na may silicone liners o maghanda ng nonstick o silicone muffin pan (tingnan ang mga rekomendasyon).
b) Sa isang medium mixing bowl, salain ang harina, baking powder, asin, at dry sweetener. Gumawa ng balon sa gitna at ibuhos ang gatas na nakabatay sa halaman, sarsa ng mansanas, yogurt, at banilya. Pagsamahin ang mga basang sangkap sa balon. Pagkatapos ay paghaluin ang basa at tuyo na mga sangkap hanggang sa mabasa ang mga tuyong sangkap (huwag mag-overmix). Tiklupin ang mga berry.
c) Punan ang bawat muffin cup ¾ ng paraan at maghurno ng 22 hanggang 26 minuto. Ang isang kutsilyo na ipinasok sa gitna ay dapat lumabas na malinis.
d) Hayaang lumamig nang buo ang mga muffin, sa loob ng mga 20 minuto, pagkatapos ay maingat na magpatakbo ng kutsilyo sa paligid ng mga gilid ng bawat muffin upang maalis.

21. Mga Mini Frittata Muffin na Binalot ng Prosciutto

MGA INGREDIENTS:
- 4 na kutsarang taba
- ½ katamtamang sibuyas, pinong tinadtad
- 3 cloves ng bawang, tinadtad
- ½ libra ng cremini mushroom, hiniwa nang manipis
- ½ pound frozen spinach, lasaw at pinisil tuyo
- 8 malalaking itlog
- ¼ tasang gata ng niyog
- 2 kutsarang harina ng niyog
- 1 tasa ng cherry tomatoes, hatiin
- 5 onsa ng Prosciutto di Parma
- Kosher na asin
- Bagong giniling na paminta
- Isang regular na 12-cup muffin tin

MGA TAGUBILIN:
a) Painitin muna ang oven sa 375°F.
b) Init ang kalahati ng langis ng niyog sa katamtamang init sa isang malaking cast-iron skillet at igisa ang mga sibuyas hanggang malambot at translucently
c) Idagdag ang bawang at mushroom at lutuin ang mga ito hanggang sa sumingaw ang kahalumigmigan ng kabute. Pagkatapos, timplahan ng asin at paminta ang pagpuno at sandok ito sa isang plato upang lumamig sa temperatura ng silid
d) Para sa batter, Talunin ang mga itlog sa isang malaking mangkok na may gata ng niyog, harina ng niyog, asin, at paminta hanggang sa maihalo. Pagkatapos, idagdag ang mga ginisang mushroom at spinach at hinalo upang pagsamahin.
e) I-brush ang natitira sa tinunaw na langis ng niyog sa muffin tin at lagyan ng prosciutto ang bawat tasa, na mag-ingat upang ganap na takpan ang ilalim at gilid.
f) Ilagay ang mga muffin sa oven sa loob ng mga 20 minuto.

ROLLS

22.Orange Coffee Rolls

MGA INGREDIENTS:
- 1 sobre ng aktibong dry yeast
- ¼ tasa ng maligamgam na tubig
- 1 tasa ng asukal, hinati
- 2 itlog, pinalo
- ½ tasa ng kulay-gatas
- ¼ tasa at 2 kutsarang mantikilya, natunaw at hinati
- 1 kutsarita ng asin
- 2¾ hanggang 3 tasa ng all-purpose na harina
- 1 tasa ng flaked coconut, inihaw at hinati
- 2 kutsarang orange zest

GLAZE:
- ¾ tasa ng asukal
- ½ tasa ng kulay-gatas
- ¼ tasang mantikilya
- 2 kutsarita ng orange juice

MGA TAGUBILIN:

a) Pagsamahin ang lebadura at maligamgam na tubig (110 hanggang 115 degrees) sa isang malaking mangkok; hayaang tumayo ng 5 minuto. Magdagdag ng ¼ tasa ng asukal, itlog, kulay-gatas, ¼ tasa ng mantikilya, at asin; talunin sa katamtamang bilis gamit ang isang electric mixer hanggang sa timpla.

b) Dahan-dahang pukawin ang sapat na harina upang makagawa ng malambot na kuwarta. Ilabas ang kuwarta sa isang mahusay na harina na ibabaw; masahin hanggang makinis at nababanat (mga 5 minuto).

c) Ilagay sa isang well-greased bowl, lumiko sa isang grease top. Takpan at hayaang tumaas sa isang mainit na lugar (85 degrees), walang draft, sa loob ng 1½ oras o hanggang doble nang maramihan.

d) Punch ang kuwarta pababa at hatiin ito sa kalahati. Pagulungin ang isang bahagi ng kuwarta sa isang 12-pulgadang bilog; brush na may isang kutsara ng tinunaw na mantikilya.

e) Pagsamahin ang natitirang asukal, niyog, at orange zest; iwisik ang kalahati ng pinaghalong niyog sa masa. Gupitin sa 12 wedges; i-roll up ang bawat wedge, simula sa isang malawak na dulo.
f) Ilagay sa isang greased 13"x9" baking pan, ituro ang gilid pababa. Ulitin sa natitirang kuwarta, mantikilya, at pinaghalong niyog.
g) Takpan at hayaang tumaas sa isang mainit na lugar, na walang mga draft, sa loob ng 45 minuto o hanggang dumoble nang maramihan. Maghurno sa 350 degrees para sa 25 hanggang 30 minuto, hanggang sa ginintuang. (Takpan ng aluminum foil pagkatapos ng 15 minuto upang maiwasan ang labis na browning, kung kinakailangan.) Kutsara ng mainit na Glaze sa ibabaw ng mainit na mga rolyo; budburan ng natitirang niyog.

GLAZE:
h) Pagsamahin ang lahat ng mga sangkap sa isang maliit na kasirola; pakuluan. Pakuluan ng 3 minuto, pagpapakilos paminsan-minsan.
i) Hayaang lumamig nang bahagya.

23. Pink Lemonade Cinnamon rolls

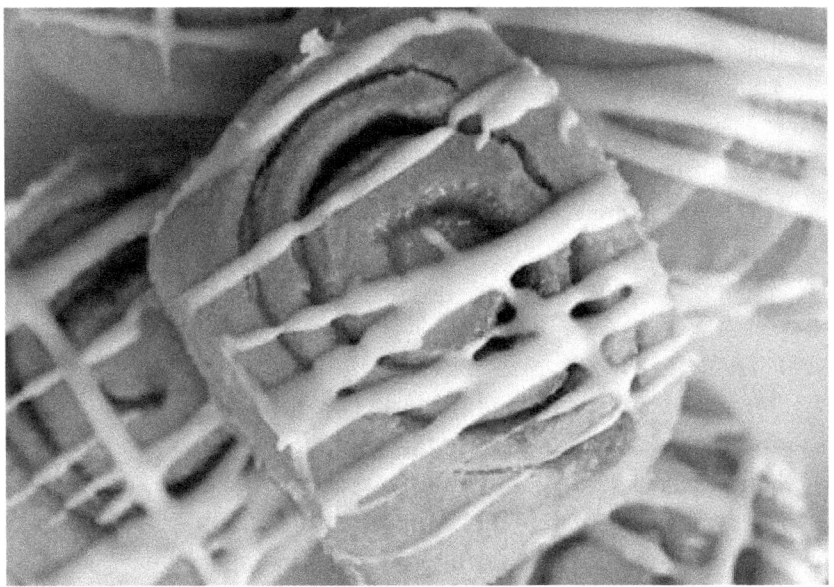

MGA INGREDIENTS:
- 375 ml na kulay rosas na limonada
- 300 ml na cream
- 4 na tasang self-rising na harina
- 50 g mantikilya natunaw
- ¼ tasa ng asukal
- 1 kutsarita ng giniling na kanela
- ½ tasa ng plain na harina upang pahiran
- ½ lemon juiced
- 2 tasang icing sugar

MGA TAGUBILIN:
a) Ilagay ang self-rising na harina sa isang malaking mangkok, ibuhos ang cream at pink na limonada, at ihalo hanggang sa pinagsama.
b) Lumiko sa isang mesa na may harina.
c) Masahin nang bahagya at pindutin o igulong sa isang malaking parihaba na humigit-kumulang 1 cm ang kapal.
d) Brush na may tinunaw na mantikilya, at budburan ng asukal at kanela.
e) Gumulong mula sa gilid papunta sa gitna upang makagawa ng dalawang log. Gupitin ang gitna upang makagawa ng dalawang log.
f) Gupitin sa 1 cm na bilog.
g) Maghurno sa 220C sa loob ng 10 minuto.
h) Paghaluin ang icing sugar na may lemon juice. Ambon sa ibabaw ng mga scroll.

24. Chocolate Oreo Cinnamon Rolls

MGA INGREDIENTS:
CINNAMON ROLL DOUGH
- ¼ tasa ng maligamgam na tubig
- 2 kutsarang brown sugar
- 2¼ kutsarita ng instant yeast
- 2 ¾ tasang all-purpose na harina
- 2 kutsarang butil na asukal
- ½ kutsarita ng asin
- 3 kutsarang unsalted butter, natunaw
- ½ tasa ng gatas na pinili
- 1 malaking itlog

OREO CINNAMON ROLL CHOCOLATE FILLING
- ¼ tasa ng pulbos ng kakaw
- ⅔ tasa ng gatas na pinili
- 1 ½ tasa ng dark chocolate chips
- 3 kutsarang unsalted butter
- 24 Oreo, dinurog
- 1 kurot ng asin sa dagat
- Cream Cheese Glaze

MGA TAGUBILIN:
DOUGH

a) Sa isang maliit na mangkok ng paghahalo, haluin ang mainit na tubig, brown sugar, at lebadura.
b) Takpan ng malinis na tuwalya sa kusina at itabi para ma-activate. Malalaman mo na ang iyong lebadura ay aktibo kapag lumitaw ang mga maliliit na bula sa ibabaw ng pinaghalong.
c) Sa isang hiwalay na malaking mixing bowl, paghaluin ang harina, asukal, asin, mantikilya, gatas, at itlog.
d) Kapag na-activate na ang iyong yeast, idagdag ito sa malaking mangkok ng paghahalo kasama ang iba pang mga sangkap at haluin hanggang sa ito ay magsama-sama.
e) Takpan ng harina ang malinis at patag na ibabaw, at gumamit ng mga kamay na natatakpan ng harina upang masahin ang iyong kuwarta sa loob ng 3 minuto. Ang iyong kuwarta ay magiging malagkit, patuloy na magdagdag ng harina sa iyong mga kamay at sa ibabaw kung kinakailangan.

f) Ibalik ang iyong kuwarta sa mangkok at takpan ito ng malinis na tuwalya sa kusina upang tumaas nang halos sampung minuto.

PAGPUPUNO

g) Sa isang malaking mangkok na ligtas sa microwave, magdagdag ng gatas, cocoa powder, dark chocolate chips, at mantikilya. Microwave sa mataas na temperatura sa loob ng 1.5-2 minuto, hanggang sa matunaw ang mga chocolate chips. Haluin hanggang makinis. Magdagdag ng isang pakurot ng asin.

h) Durugin ang iyong mga Oreo sa isang food processor hanggang sa maging pinong alikabok.

i) Kapag nadoble ang laki ng iyong kuwarta, magdagdag ng higit pang harina sa iyong ibabaw at gumamit ng floured rolling pin upang igulong ang kuwarta sa isang hugis-parihaba, humigit-kumulang 9 x 12 pulgada.

j) Ibuhos ang iyong Oreo chocolate filling sa iyong kuwarta at gumamit ng spatula upang ikalat ito nang pantay-pantay sa ibabaw, na nag-iiwan ng humigit-kumulang ½ pulgadang margin sa lahat ng panig. Budburan ang durog na Oreo sa ibabaw sa isang makapal na layer.

k) Gumamit mula sa mas maikling bahagi, gumamit ng dalawang kamay upang simulan nang mahigpit na igulong ang iyong kuwarta mula sa iyo hanggang sa maiwan ka ng isang silindro, mga 12 pulgada ang haba.

l) Hatiin ang iyong silindro sa 6 pantay na bahagi, mga 2 pulgada ang lapad upang makalikha ng 6 na indibidwal na cinnamon roll.

m) Idagdag ang iyong mga cinnamon roll sa isang 11.5-inch square baking dish, na nag-iiwan ng halos isang pulgada sa pagitan ng bawat roll.

n) Takpan ng malinis na tuwalya sa kusina at hayaang magpahinga ang mga rolyo nang mga 90 minuto o hanggang dumoble ang laki nito.

o) Painitin muna ang iyong oven sa 375°F at maghurno ng 25-30 minuto hanggang sa maging golden brown ang tuktok ng iyong mga rolyo.

p) Hayaang lumamig ang iyong Oreo Cinnamon Rolls nang humigit-kumulang 10 minuto bago idagdag ang iyong icing. Enjoy!

25.Red Velvet Cinnamon Rolls

MGA INGREDIENTS:
PARA SA CINNAMON ROLLS
- 4½ kutsarita ng tuyong lebadura
- 2-½ tasa ng maligamgam na tubig
- 15.25 ounces Box of Red Velvet cake mix
- 1 kutsarita vanilla extract
- 1 kutsarita ng asin
- 5 tasang all-purpose na harina

PARA SA CINNAMON SUGAR MIXTURE
- 2 tasang naka-pack na brown sugar
- 4 na kutsarang giniling na kanela
- ⅔ tasang mantikilya ang lumambot

PARA SA CREAM CHEESE ICING
- 16 ounces bawat isa ng cream cheese, pinalambot
- ½ tasa ng mantikilya na pinalambot
- 2 tasang powdered sugar
- 1 kutsarita vanilla extract

MGA TAGUBILIN:
a) Sa isang malaking mangkok ng paghahalo, pagsamahin ang lebadura at tubig hanggang sa matunaw.
b) Idagdag ang cake mix, vanilla, asin, at harina. Haluing mabuti - ang kuwarta ay magiging bahagyang malagkit.
c) Takpan nang mahigpit ang mangkok gamit ang plastic wrap. Hayaang tumaas ang kuwarta sa loob ng isang oras. Punch down ang kuwarta at hayaan itong tumaas muli para sa isa pang 45 minuto.
d) Sa ibabaw ng bahagyang floured, igulong ang kuwarta sa isang malaking parihaba na humigit-kumulang ¼-pulgada ang kapal. Ikalat ang mantikilya sa buong kuwarta nang pantay-pantay.
e) Sa isang medium bowl, pagsamahin ang brown sugar at cinnamon. Iwiwisik ang pinaghalong brown sugar sa mantikilya.
f) Roll up tulad ng isang jellyroll, simula sa mahabang gilid. Hatiin sa 24 pantay na piraso.

g) Grasa ang dalawang 9x13-inch na baking pan. Ayusin ang mga hiwa ng cinnamon roll sa mga kawali. Takpan at hayaang tumaas sa isang mainit na lugar hanggang sa doble ang laki.
h) Painitin ang oven sa 350°F.
i) Maghurno ng 15-20 minuto o hanggang maluto.
j) Habang nagluluto ang cinnamon rolls, ihanda ang cream cheese icing sa pamamagitan ng pag-cream ng cream cheese at butter sa isang medium mixing bowl hanggang sa mag-atas. Ihalo sa vanilla. Dahan-dahang idagdag ang powdered sugar.

26.Magdamag na Caramel Pecan Rolls

MGA INGREDIENTS:
- 23.4-ounce na pakete ng instant butterscotch pudding mix
- 1 tasang brown sugar, nakaimpake
- 1 tasang tinadtad na pecan
- ½ tasa ng pinalamig na mantikilya
- 36 frozen roll, hinati

MGA TAGUBILIN:

a) Pagsamahin ang mga dry pudding mix, brown sugar, at pecans sa isang mangkok. Gupitin sa mantikilya; itabi. Ayusin ang kalahati ng mga nakapirming rolyo sa isang bahagyang greased na Bundt pan.

b) Budburan ang kalahati ng pinaghalong puding sa ibabaw. Ulitin ang layering kasama ang natitirang mga roll at puding mixture. Takpan nang maluwag; palamigin magdamag.

c) Maghurno sa 350 degrees para sa isang oras. Baliktarin sa isang serving plate.

27. Patatas na cinnamon roll

MGA INGREDIENTS:
- 1 libra ng Patatas, pinakuluan at minasa
- 2 tasang Gatas
- 1 tasang mantikilya
- 1 tasa Plus 2 kutsarita ng asukal
- ¾ kutsaritang buto ng Cardamon
- 1 kutsarita ng Asin
- 2 pakete ng Dry yeast
- ½ tasa ng maligamgam na tubig
- 8½ tasa ng harina, hindi tinatag
- 2 itlog
- 2 kutsarita ng Vanilla

CINNAMON FILLING
- ¾ tasa ng Asukal
- ¾ tasa brown sugar
- 2 kutsarita ng kanela

NUT GLAZE
- 3 tasang Powdered sugar
- ½ tasang tinadtad na mani
- ¼ kutsarita ng kanela
- 2 kutsarita Mantikilya
- 4 hanggang 5 kutsarita ng tubig

MGA TAGUBILIN:
a) Paghaluin ang patatas at gatas hanggang makinis. Magdagdag ng ½ tasang mantikilya, 1 tasang asukal, at asin. Init hanggang maligamgam.
b) Sa isang malaking mangkok pagsamahin ang lebadura, tubig, at ang natitirang 2 kutsarita ng asukal. Hayaang tumayo hanggang mabula.
c) Magdagdag ng patatas na halo, 4 na tasa ng harina, itlog, at banilya.
d) Talunin hanggang makinis. Dahan-dahang pukawin ang karagdagang 3½ hanggang 4 na tasa ng harina. Ilagay ang kuwarta sa isang makapal na harina na tabla at masahin hanggang makinis at elastic sa loob ng 15 minuto.

e) Magdagdag ng higit pang harina kung kinakailangan. Hayaang tumaas ng 1 ½ oras.
f) Push down, lumuhod para alisin ang mga bula. hatiin. Matunaw ang natitirang mantikilya. Pagulungin ang bawat bahagi ng kuwarta sa isang 5x18 na parihaba. Brush na may 3 kutsarita ng mantikilya at budburan ang kalahati ng cinnamon filling.
g) I-rolyo. Gupitin sa 12 piraso, 1 ½" ang lapad. Ilagay sa isang 9x13" na kawali, lagyan ng mantikilya, at hayaang tumaas ng 35-40 minuto. Maghurno sa 350 degrees sa loob ng 30 minuto.

28. Whipped cream pecan cinnamon rolls

MGA INGREDIENTS:
- 1 tasang Whipping cream
- 1½ tasang All-purpose na harina
- 4 na kutsarita ng baking powder
- ¾ kutsarita ng Asin
- 2 kutsarang Mantikilya o margarin, natunaw
- Cinnamon at asukal
- ½ tasa Light brown sugar
- ½ tasang Pecans, tinadtad
- 2 kutsarang Whipping cream, o evaporated milk

MGA TAGUBILIN:
a) Sa isang medium mixing bowl, hagupitin ang cream hanggang sa mabuo ang soft peak. Dahan-dahang ihalo ang harina, baking powder, at asin hanggang sa mabuo ang masa. Sa isang board na may bahagyang floured, masahin ng 10 hanggang 12 beses. Igulong sa isang 1/4" makapal na parihaba.
b) Ikalat ang tinunaw na mantikilya sa buong ibabaw. Budburan ng kanela at asukal, ang halaga ng iyong kagustuhan. Roll up tulad ng isang jelly roll: Simula sa mahabang dulo. Gupitin sa ¾-inch na mga segment. Ilagay sa isang greased baking sheet at maghurno sa 425F sa loob ng 10-15 minuto, o hanggang sa medyo medyo kayumanggi.
c) Sa isang maliit na mangkok, paghaluin ang brown sugar, pecans, at 2 Tablespoons whipping cream hanggang sa mahusay na pinaghalo. Alisin ang mga rolyo mula sa oven. Ikalat ang topping sa bawat roll. Ibalik sa oven at maghurno hanggang sa magsimula ang topping na bumula nang humigit-kumulang 5 minuto.

29. Apple sauce cinnamon rolls

MGA INGREDIENTS:
- 1 itlog
- 4 na tasang all-purpose na harina
- 1 pakete aktibong dry yeast
- ¾ tasa ng mansanas
- ½ tasa ng skim milk
- 2 kutsarang butil na asukal
- 2 kutsarang mantikilya
- ½ kutsarita ng asin

PAGPUPUNO:
- ¼ tasa ng mansanas
- ⅓ tasa ng butil na asukal
- 2 kutsarita ng giniling na kanela
- 1 tasa ng asukal sa mga confectioner
- ½ kutsarita vanilla extract
- 1 kutsarang skim milk

MGA TAGUBILIN:

a) Painitin muna ang hurno sa 375 degrees F. I-spray ang dalawang 8- o 9-pulgadang bilog na pan na may cooking spray.

b) Sa isang malaking mixing bowl, pagsamahin ang 1½ c. all-purpose na harina at ang lebadura. Sa isang maliit na kasirola pagsamahin ang ¾ c. Mott's Natural Apple Sauce, skim milk, 2 kutsarang asukal, mantikilya, at asin. Init sa katamtamang apoy at haluin hanggang mainit-init sa 120 degrees F.

c) Ilabas ang kuwarta sa isang bahagyang nilagyan ng harina. Masahin sa sapat na natitirang harina, hanggang ¼ c., upang makagawa ng katamtamang malambot na masa na makinis at nababanat.

d) Hugis bola ang kuwarta. Ilagay ang kuwarta sa isang mangkok na bahagyang na-spray ng cooking spray

e) Push ang kuwarta pababa, at i-out ito sa isang bahagyang floured ibabaw. Takpan at hayaang magpahinga ng 10 minuto. Sa isang bahagyang floured surface, igulong ang kuwarta sa isang 12-inch square. Ikalat ¼ c. Natural na Apple Sauce ni Mott. Pagsamahin ang ⅓ c. asukal at kanela; iwisik ang kuwarta.

f) Ayusin ang 6 na roll, gupitin sa gilid pababa, sa bawat kawali. Takpan at hayaang tumaas sa isang mainit na lugar hanggang halos dumoble, mga 30 minuto.
g) Maghurno ng 20 hanggang 25 minuto o hanggang sa ginintuang. Palamig ng 5 min. Baliktarin sa isang serving plate. Ibuhos ang pinaghalong asukal, banilya, at skim milk ng mga confectioner. Ihain nang mainit.

30. Orange cinnamon roll

MGA INGREDIENTS:
- 1 libra Frozen bread dough; lasaw
- 3 kutsarang harina
- 2 kutsarang Asukal
- 1 kutsarita ng kanela
- ½ tasang may pulbos na asukal
- ½ kutsarita Grated orange peel
- 3 kutsarita ng orange juice
- Pag-spray ng langis ng gulay

MGA TAGUBILIN:
a) Painitin ang hurno sa 375°. Igulong ang natunaw na tinapay na masa sa ibabaw ng bahagyang na-arina sa isang 12x8" na parihaba.
b) Generously spray ang kuwarta na may vegetable oil spray. Paghaluin ang asukal sa kanela at iwiwisik nang pantay-pantay sa masa. Pagulungin ang kuwarta, simula sa mahabang dulo.
c) I-seal ang tahi at hatiin ang kuwarta sa 12 piraso, 1" bawat isa.
d) Bahagyang i-spray ang isang 9" na bilog na baking pan na may cooking spray. Ilagay ang mga piraso ng kuwarta sa kawali, panatilihing pababa ang gilid ng tahi patungo sa ilalim ng kawali.
e) Pagwilig sa itaas ng ilang spray sa pagluluto; takpan at hayaang tumaas sa isang mainit na lugar hanggang sa halos doble ang laki, mga 30 minuto.
f) Maghurno ng mga roll sa loob ng 20-25 minuto hanggang sa bahagyang browned. Palamig nang bahagya at alisin sa kawali.
g) Habang lumalamig ang mga roll, ihanda ang glaze sa pamamagitan ng paghahalo ng powdered sugar, orange peel, at juice.
h) Ibuhos ang roll at ihain nang mainit.

Biskwit

31. Sweet Potato Biscuits

MGA INGREDIENTS:
- 2 tasang self-rising na harina
- 1 kutsarang butil na asukal
- ½ kutsarita cream ng tartar
- ⅛ kutsarita ng kosher na asin
- ½ tasa (1 stick) malamig na unsalted butter, ginutay-gutay (na may cheese grater), at higit pa sa ibabaw ng nilutong biskwit
- ½ tasang niligis na kamote
- ¾ tasa ng buttermilk, malamig
- Langis ng gulay, para sa pagpapadulas

MGA TAGUBILIN
a) Painitin muna ang oven sa 400 degrees F.
b) Sa isang malaking mangkok ng paghahalo o ang mangkok ng isang stand mixer, pagsamahin ang harina, asukal, cream ng tartar, at asin. Salain o haluin ang mga sangkap hanggang sa maayos na pagsamahin. Idagdag ang mantikilya at niligis na kamote, at ihalo sa katamtamang bilis, gamit ang isang hand-held o stand mixer, nang mga 2 minuto. Dahan-dahang simulan ang pagbuhos ng buttermilk gamit ang mixer sa katamtamang bilis. Haluin hanggang maisama.
c) Kapag nabuo na ang kuwarta, alisin ito sa mangkok at patagin ito ng kaunti (siguraduhin na humigit-kumulang 1½ pulgada ang kapal nito) sa ibabaw na may bahagyang harina gamit ang rolling pin. Gupitin ang kuwarta sa 10 o 12 piraso.
d) Langis ng bahagya ang isang 9-by-13-inch na baking dish at ilagay ang mga biskwit sa ulam, na nag-iiwan ng maliit na espasyo sa pagitan ng bawat biskwit. Ilagay ang mga biskwit sa refrigerator sa loob ng 10 minuto upang maging maganda at malamig ang masa.
e) Alisin mula sa refrigerator at i-bake ang mga biskwit sa loob ng 12 hanggang 15 minuto, o hanggang sa magsimula silang maging kayumanggi. Kapag tapos na, lagyan ng mantikilya ang ibabaw ng mga biskwit habang mainit pa ang mga ito. Ihain at magsaya!

32.Buttermilk Biskwit

MGA INGREDIENTS:
- 2 tasang all-purpose na harina
- 2 kutsarita ng baking powder
- 1/2 kutsarita ng baking soda
- 1/2 kutsarita ng asin
- 1/2 tasa malamig na unsalted butter,cubed
- 3/4 tasa ng mantikilya
- 2 kutsarang tinunaw na mantikilya (para sa pagsisipilyo)

MGA TAGUBILIN:
a) Painitin muna ang oven sa 450°F(230°C). Linya ng parchment paper ang isang baking sheet.
b) Sa isang malaking mangkok, paghaluin ang harina, baking powder, baking soda, at asin.
c) Idagdag ang malamig na cubed butter sa pinaghalong harina. Gamitin ang iyong mga daliri o isang pastry cutter upang gupitin ang mantikilya sa harina hanggang ang timpla ay maging katulad ng mga magaspang na mumo.
d) Gumawa ng isang balon sa gitna ng pinaghalong at ibuhos ang buttermilk. Haluin hanggang sa pagsamahin lamang. Mag-ingat na huwag mag-overmix.
e) Ilabas ang kuwarta sa ibabaw ng bahagyang nilagyan ng harina. Dahan-dahang masahin ang kuwarta ng ilang beses upang pagsamahin ito.
f) Pagulungin ang kuwarta sa isang 1/2-pulgada na kapal. Gumamit ng isang bilog na pamutol ng biskwit upang gupitin ang mga biskwit at ilagay ang mga ito sa inihandang baking sheet.
g) I-brush ang tuktok ng mga biskwit na may tinunaw na mantikilya.
h) Maghurno ng 10-12 minuto, o hanggang sa maging golden brown ang mga biskwit.
i) Alisin sa oven at hayaang lumamig ng ilang minuto bago ihain.

33.Pepperoni at Cheddar Breakfast Biscuits

MGA INGREDIENTS:
- 2 tasang halo ng biskwit (binili sa tindahan o gawang bahay)
- ⅔ tasa ng gatas
- ½ tasang diced pepperoni
- ½ tasang ginutay-gutay na cheddar cheese

MGA TAGUBILIN:
a) Painitin muna ang hurno ayon sa mga tagubilin sa paghahalo ng biskwit.
b) Sa isang mangkok, pagsamahin ang halo ng biskwit, gatas, diced pepperoni, at ginutay-gutay na cheddar cheese.
c) Maglagay ng mga kutsarang puno ng kuwarta sa isang baking sheet.
d) Maghurno ayon sa mga tagubilin sa paghahalo ng biskwit hanggang sa maging ginintuang kayumanggi ang mga biskwit.

34.Elderflower Melting Moments

MGA INGREDIENTS:
PARA SA BISKUT:
- 200g Malambot na Mantikilya
- ¾ tasang Icing Sugar
- ½ kutsarita ng Baking Powder
- 1 tasang harina ng mais
- 1 tasang Plain Flour

PARA SA ICING:
- 2 kutsarita Soft Butter
- 1 kutsarita Elderflower Syrup (Monin)
- 1 tasang Icing Sugar

MGA TAGUBILIN:
a) Painitin muna ang iyong oven sa 180°C.
b) Sa isang mixing bowl, pagsamahin ang malambot na mantikilya at icing sugar hanggang sa maging maputla ang timpla.
c) Salain ang plain flour, corn flour, at baking powder, at pagkatapos ay ihalo ang mga tuyong sangkap na ito sa creamed butter-sugar mixture.
d) Pagulungin ang kuwarta sa maliliit na bola at ilagay ito sa isang greased oven tray. Dahan-dahang pindutin ang bawat bola gamit ang tines ng isang tinidor.
e) Ihurno ang mga biskwit sa loob ng 15-20 minuto o hanggang sa maging bahagyang ginintuang ito.
f) Habang nagluluto ang mga biskwit, ihanda ang icing. Paghaluin ang malambot na mantikilya sa elderflower syrup. Salain ang icing sugar at idagdag ito sa pinaghalong butter-syrup. Magdagdag lamang ng sapat na tubig na kumukulo upang makagawa ng isang makinis na i-paste.
g) Kapag ang mga biskwit ay lutong at lumamig, ikalat ang icing sa kalahati ng mga ito.
h) Itaas ang bawat iced biskwit na may isa pang biskwit upang lumikha ng sandwich.
i) Ang recipe na ito ay nagbubunga ng 12 masarap na Elderflower Melting Moments. Enjoy!

35.Mga Biskwit ng Bansang Ham

MGA INGREDIENTS:
- 2 tasang self-rising na harina
- ½ tasa at 3 kutsarang mantikilya, hinati
- 1 tasa ng lutong ham, giniling
- 1½ tasang ginutay-gutay na matalim na Cheddar cheese
- ¾ tasa kasama ang 2 Kutsarang buttermilk

MGA TAGUBILIN:
a) Magdagdag ng harina sa isang mangkok. Gupitin sa ½ tasa ng mantikilya gamit ang isang pastry cutter o tinidor hanggang ang timpla ay maging katulad ng mga magaspang na mumo. Haluin ang ham at keso.
b) Magdagdag ng buttermilk; haluin gamit ang isang tinidor hanggang sa mabuo ang isang mamasa-masa na masa.
c) I-drop ang kuwarta sa pamamagitan ng pagbunton ng mga kutsarita sa isang bahagyang greased baking sheet.
d) Maghurno sa 450 degrees para sa 10 hanggang 13 minuto, hanggang sa bahagyang ginintuang.
e) Matunaw ang natitirang mantikilya at i-brush ang mainit na biskwit.

36.Sausage Gravy at Biskwit

MGA INGREDIENTS:
- ½ tasang all-purpose na harina
- 2 libra. giniling na pork sausage, kayumanggi at pinatuyo
- 4 tasang gatas
- Asin at paminta para lumasa

MGA BISKUT:
- 4 na tasang self-rising na harina
- 3 kutsarang baking powder
- 2 kutsarang asukal
- 7 tablespoons pagpapaikli
- 2 tasang buttermilk

MGA TAGUBILIN:
a) Sa isang katamtamang kasirola sa katamtamang init, iwisik ang harina na may sausage, haluin hanggang matunaw ang harina.
b) Dahan-dahang haluin ang gatas at lutuin sa katamtamang apoy hanggang sa makapal at may bula. Timplahan ng asin at paminta; ihain sa mainit na Biskwit.

MGA BISKUT:
c) Salain ang harina, baking powder, at asukal; hiwa sa pagpapaikli.
d) Paghaluin ang buttermilk gamit ang isang tinidor, hanggang sa mabasa ang kuwarta.
e) Hugis ang kuwarta sa isang bola at masahin ng ilang beses sa isang bahagyang floured surface.
f) Igulong sa ¾-pulgada ang kapal at gupitin gamit ang 3-pulgadang pamutol ng biskwit.
g) Ilagay ang mga biskwit sa isang greased baking sheet.
h) Maghurno sa 450 degrees para sa mga 15 minuto o hanggang sa ginintuang.

MGA TINAPAY NG AGAHAN

37. Chai-Spiced Banana Bread

MGA INGREDIENTS:
- 1 stick (½ tasa) unsalted butter, pinalambot
- 1 tasa ng butil na asukal
- 2 malalaking itlog, sa temperatura ng kuwarto
- 1½ tasang all-purpose na harina, sinusukat at nilagyan ng kutsilyo
- 1 kutsarita ng baking soda
- ¾ kutsarita ng ground cardamom
- ¾ kutsarita ng kanela
- ¼ kutsarita ng giniling na luya
- ¼ kutsarita ng allspice
- ¾ kutsarita ng asin
- 1 tasang minasa na hinog na hinog na saging (katumbas ng 2-3 saging)
- ½ tasa ng kulay-gatas
- 1 kutsarita vanilla extract
- ½ tasa tinadtad na mga walnuts (opsyonal)

MGA TAGUBILIN:
a) Painitin muna ang iyong oven sa 350°F (175°C) at lagyan ng grasa ang isang 9 x 5-inch na loaf pan gamit ang non-stick cooking spray.
b) Sa isang malaking mangkok o gamit ang electric mixer na may paddle attachment, haluin ang pinalambot na mantikilya at asukal hanggang sa maging magaan at malambot ang timpla. Ito ay dapat tumagal ng humigit-kumulang 2 minuto. Idagdag ang mga itlog nang paisa-isa, na tinitiyak ang masusing pagsasama pagkatapos ng bawat karagdagan. Huwag kalimutang simutin ang mga gilid ng mangkok kung kinakailangan.
c) Sa isang hiwalay na medium-sized na mangkok, haluin ang harina, baking soda, cardamom, cinnamon, luya, allspice, at asin. Idagdag ang tuyong pinaghalong ito sa pinaghalong mantikilya at dahan-dahang talunin hanggang sa pagsamahin lamang.
d) Pagkatapos, idagdag ang minasa na saging, kulay-gatas, at vanilla extract, paghalo sa mababang bilis hanggang sa ganap na maisama ang mga sangkap. Kung gumagamit ka ng mga walnut, dahan-dahang tiklupin ang mga ito sa batter.

e) Ibuhos ang inihandang batter sa greased loaf pan. Maghurno sa preheated oven hanggang sa ang tinapay ay maging malalim na ginintuang kayumanggi at ang isang cake tester na ipinasok sa gitna ay lumabas na malinis. Ito ay karaniwang tumatagal ng humigit-kumulang 60-70 minuto.
f) Hayaang magpahinga ang tinapay sa kawali nang mga 10 minuto bago ito ilipat sa isang cooling rack upang ganap na lumamig. Para sa pinakamagandang karanasan, tangkilikin ang banana bread na ito habang mainit pa ito mula sa oven, o i-toast ito para sa isang masarap na pagkain.
g) Ang banana bread na ito ay maaaring i-freeze nang hanggang 3 buwan. Kapag ganap na itong lumamig, balutin ito ng maayos sa aluminum foil, freezer wrap, o ilagay ito sa isang freezer bag. Kapag handa ka nang tangkilikin itong muli, lasawin ito nang magdamag sa refrigerator bago ihain.

38. Pumpkin Spice Banana Bread

MGA INGREDIENTS:
PARA SA TINAPAY:
- 2 sobrang hinog na saging
- ¾ tasa ng butil na asukal
- ½ tasa ng langis ng gulay
- 2 malalaking itlog
- ½ kutsarita ng asin
- 1 kutsarita vanilla extract
- 1 kutsarita ng baking soda
- 1 ½ kutsarita ng pumpkin pie spice
- 7 kutsarang maasim na gatas
- 2 tasa (248g) all-purpose na harina

PARA SA GLAZE:
- 1 ¾ tasang may pulbos na asukal
- ¼ kutsarita ng asin
- 1 kutsarita pumpkin pie spice
- 1 ½ kutsarita ng vanilla extract
- 2-3 kutsarang mabigat na whipping cream

MGA TAGUBILIN:

a) Painitin muna ang iyong oven sa 350°F (175°C). Grasa ang isang 9x5-inch o 8x4-inch na loaf pan na may shortening o butter at balutin ito ng asukal. Upang pahiran ng asukal, grasa muna ang kawali, pagkatapos ay magdagdag ng mga 2 kutsarang asukal sa kawali.

b) Ikiling ang kawali mula sa gilid sa gilid hanggang sa ibaba at gilid ay pantay na pinahiran ng asukal. Huwag palitan ang cooking spray ng mantikilya. Maaari kang gumamit ng spray sa pagluluto nang mag-isa kung mas gusto mong laktawan ang hakbang sa pag-asukal.

c) Sa isang malaking mangkok, i-mash ang mga saging gamit ang isang tinidor o potato masher. Paghaluin ang langis ng gulay, butil na asukal, at mga itlog gamit ang isang kahoy na kutsara o spatula. Itabi ang timpla.

d) Idagdag ang spice ng pumpkin pie, asin, baking soda, at vanilla extract sa pinaghalong saging at haluin hanggang sa mahusay na pinagsama.

e) Paghaluin ang all-purpose na harina at maasim na gatas, haluin hanggang sa maisama lamang. Ibuhos ang batter sa inihandang kawali.
f) Maghurno sa preheated oven sa loob ng 45-60 minuto o hanggang sa malinis na lumabas ang isang toothpick na ipinasok sa gitna. Ang mga gilid ay magkakaroon ng magandang madilim na kayumanggi na kulay, at magkakaroon ng bitak sa gitna. Ang malawak na hanay ng oras ng pagluluto ay dahil sa mga pagkakaiba-iba sa pagganap ng oven. Siguraduhing gumamit ka ng metal na kawali, hindi salamin.
g) Hayaang lumamig nang lubusan ang tinapay sa kawali bago ito alisin at i-frost.

PARA SA FROSTING:
h) Sa isang medium bowl, haluin ang powdered sugar, pumpkin pie spice, at asin.
i) Ihalo ang vanilla extract at 1 kutsara ng heavy whipping cream, magdagdag ng higit pang cream kung kinakailangan upang makamit ang iyong ninanais na pare-pareho (hanggang 3 kutsara).
j) I-frost ang banana bread at palamigin ito para ma-set. Itago ang frosted na tinapay sa lalagyan ng airtight hanggang 3 araw o hiwain at i-freeze nang hanggang 1 buwan. Enjoy!

39. Cinnamon Swirl Banana Bread

MGA INGREDIENTS:
PARA SA TINAPAY:
- ½ tasang unsalted butter, pinalambot (115 gramo)
- ½ tasa ng butil na asukal (100 gramo)
- ¼ tasa light brown sugar (50 gramo)
- 2 malalaking itlog, sa temperatura ng kuwarto
- 1 kutsarita purong vanilla extract
- 2 tasang minasa na saging (440 gramo; mga 4 na malalaking saging)
- 2 tasang all-purpose na harina, sandok at pinatag (250 gramo)
- 1 kutsarita ng baking powder
- ½ kutsarita ng baking soda
- 1 kutsarita ng giniling na kanela
- ½ kutsarita ng asin

CINNAMON SUGAR SWIRL:
- ¼ tasa ng butil na asukal (50 gramo)
- 2 kutsarita ng giniling na kanela

MGA TAGUBILIN:
a) Painitin muna ang iyong oven sa 350°F (180°C). Grasa ang isang 9x5-inch na loaf pan na may nonstick cooking spray, lagyan ng parchment paper, at itabi ito.

b) Sa isang malaking mangkok, gamit ang handheld mixer o stand mixer na nilagyan ng paddle attachment, haluin ang pinalambot na mantikilya, granulated sugar, at brown sugar hanggang sa maging magaan at malambot ang timpla, na dapat tumagal nang mga 3 hanggang 4 na minuto.

c) Idagdag ang mga itlog at vanilla extract, ihalo nang lubusan pagkatapos ng bawat karagdagan. Pagkatapos, isama ang minasa na saging sa pinaghalong.

d) Sa isang hiwalay na mixing bowl, haluin ang all-purpose flour, baking powder, baking soda, asin, at ground cinnamon.

e) Pagsamahin ang mga tuyong sangkap sa mga basang sangkap, mag-ingat na huwag mag-overmix ang batter.

f) Upang lumikha ng cinnamon sugar swirl, paghaluin ang granulated sugar at ground cinnamon sa isang hiwalay na mangkok.

g) Para sa isang layer ng cinnamon sugar, ibuhos ang halos kalahati ng banana bread batter sa loaf pan, iwiwisik ang halo ng cinnamon sugar sa ibabaw, at pagkatapos ay ibuhos ang natitirang batter sa ibabaw.

h) Para sa isang double layer ng cinnamon sugar, ibuhos ang halos isang-katlo ng batter sa loaf pan, iwisik ang kalahati ng cinnamon sugar mixture sa itaas, at ulitin ang mga layer, tinatapos ang huling ikatlong bahagi ng batter.

i) Maghurno ng 55 hanggang 65 minuto o hanggang sa malinis na lumabas ang isang toothpick na ipinasok sa gitna. Kung ang banana bread ay nagsimulang maging masyadong madilim, takpan ito ng aluminum foil para sa huling 15 hanggang 20 minuto ng pagluluto.

j) Kapag naluto na, alisin ang banana bread sa oven at hayaang lumamig sa loaf pan sa loob ng 10 minuto. Pagkatapos, ilipat ito sa isang wire rack upang tapusin ang paglamig.

40.Açaí Banana Bread

MGA INGREDIENTS:
- Açaí Puree
- ½ tasang Vegan Butter
- 1 tasang Vegan Sugar
- 3 Extra Large Hinog na Saging
- 2 Katumbas na Pagpapalit ng Itlog
- ½ kutsarita ng Vanilla
- ½ kutsarita ng Lemon Juice
- 1 ½ tasang Unbleached Flour
- 1 ½ kutsarang Mainit na Tubig

MGA TAGUBILIN:
a) Painitin ang oven sa 350 degrees.
b) Upang maghanda, mantikilya ang isang karaniwang kawali ng tinapay, i-mash ang mga saging hanggang makinis na may kaunting tipak, at paghiwalayin ang mga puti at pula ng itlog sa dalawang magkaibang mangkok.
c) Pagsamahin ang mantikilya at asukal sa isang malaking mangkok. Magdagdag ng saging, egg yolks, vanilla, lemon juice, at baking soda at ihalo nang maigi pagkatapos ay ihalo ang harina hanggang sa pagsamahin lamang.
d) Talunin ang mga puti ng itlog hanggang sa matigas, pagkatapos ay dahan-dahang tiklupin sa batter hanggang sa maghalo. Panghuli, ihalo sa mainit na tubig.
e) Ibuhos ang kalahati ng batter sa iyong loaf pan, idagdag ang Açaí pack para makagawa ng mid-layer, pagkatapos ay ibuhos ang natitirang batter para mapuno.
f) Gamit ang wood skewer o iba pang katulad na hugis na aparato, dahan-dahang pukawin ang batter sa isang pabilog na galaw upang gawing umiikot ang Açaí.
g) Maghurno ng humigit-kumulang 45 minuto o hanggang sa lumabas na malinis ang isang toothpick na ipinasok sa gitna.
h) Hayaang lumamig ng 15 minuto o higit pa at ihain.

41. Raisin Sweet Bread

MGA INGREDIENTS:
- ½ tasang mantikilya, pinalambot
- ½ tasa ng pagpapaikli
- 2¼ tasa ng asukal, hinati
- 3 itlog, pinalo
- 2 kutsarita ng vanilla extract
- 2 sobre ng aktibong dry yeast
- 1 tasang mainit na tubig
- 8 tasang all-purpose na harina
- ½ kutsarita ng asin
- 2 tasang mainit na gatas
- 16-onsa na pakete ng pasas
- ½ tasa ng mantikilya, natunaw

MGA TAGUBILIN:

a) Haluin ang mantikilya at shortening sa isang napakalaking mangkok. Dahan-dahang magdagdag ng 2 tasang asukal, itlog, at banilya, matalo nang mabuti pagkatapos ng bawat karagdagan.

b) Pagsamahin ang lebadura at maligamgam na tubig (110 hanggang 115 degrees) sa isang tasa; hayaang tumayo ng 5 minuto.

c) Pagsamahin ang harina at asin. Gamit ang isang malaking kahoy na kutsara, dahan-dahang haluin ang harina at asin sa pinaghalong mantikilya kasabay ng halo ng lebadura at mainit na gatas.

d) Haluing mabuti; haluin ang mga pasas. Ilabas ang kuwarta sa ibabaw ng harina.

e) Masahin, magdagdag ng karagdagang harina hanggang sa makinis at nababanat ang kuwarta.

f) Ibalik ang kuwarta sa mangkok. Banayad na i-spray ang kuwarta na may non-stick vegetable spray; takpan ng wax paper at isang tea towel. Hayaang tumaas nang 6 hanggang 8 oras o magdamag, hanggang doble nang maramihan.

g) Push down; hatiin sa 6 pantay na bahagi at ilagay sa 6 na greased 9"x5" loaf pan. Takpan at hayaang tumaas muli hanggang sa bilugan, 4 hanggang 6 na oras.

h) Ibuhos ang tinunaw na mantikilya sa ibabaw ng mga tinapay; iwisik ang bawat tinapay na may natitirang 2 kutsarita ng asukal.

i) Maghurno sa 350 degrees sa loob ng 30 minuto, o hanggang sa lumabas na malinis ang isang toothpick na ipinasok sa gitna. Palamig sa mga wire rack.

42. Glazed Triple Berry Banana Bread

MGA INGREDIENTS:
PARA SA TINAPAY NG SAGING:
- 6 na kutsarang unsalted butter, natunaw at bahagyang pinalamig
- 2 tasang all-purpose na harina
- ¾ tasa ng asukal
- ¾ kutsarita ng baking powder
- ½ kutsarita ng asin
- 2 malalaking itlog
- 1 ½ tasang minasa na hinog na saging (mga 4 na medium na saging)
- ¼ tasa plain Greek yogurt
- 1 kutsarita vanilla extract
- 2 tasang pinaghalong blueberries, raspberry, at blackberry, hinati

PARA SA LEMON GLAZE:
- Juice ng kalahating lemon (mga 3 kutsara)
- ½ tasang powdered sugar (o higit pa kung gusto mo ng mas makapal na glaze)

MGA TAGUBILIN:
a) Painitin muna ang iyong oven sa 350°F (175°C). Magpahid ng 9x5-pulgada na kawali.
b) Sa isang malaking mangkok, pagsamahin ang harina, asukal, baking powder, at asin.
c) Sa isang hiwalay na mangkok, pagsamahin ang mga itlog, minasa na saging, yogurt, at tinunaw (medyo pinalamig) na mantikilya, kasama ang vanilla. Haluin hanggang makinis.
d) Gumawa ng balon sa gitna ng pinaghalong harina at ibuhos ang pinaghalong saging. Haluin ng malumanay hanggang sa pagsama-samahin, ingat na huwag mag-overmix.
e) Dahan-dahang tiklupin ang 1 ½ tasa ng halo-halong berry, naglalaan ng ½ tasa para sa topping.
f) Ibuhos ang batter sa inihandang kawali ng tinapay. Budburan ang natitirang mga berry sa itaas, dahan-dahang pinindot ang mga ito sa batter.
g) Maghurno hanggang ang tinapay ay maging ginintuang kayumanggi at ang isang toothpick na ipinasok sa gitna ay lumabas

na malinis, na dapat tumagal ng mga 1 oras hanggang 1 oras 15 minuto.
h) Hayaang lumamig ang tinapay sa kawali sa loob ng 5 minuto, pagkatapos ay dahan-dahang ilabas ito sa wire rack. Hayaang lumamig nang lubusan bago putulin.

PARA SA LEMON GLAZE,
i) Pagsamahin ang lemon juice at powdered sugar hanggang makinis.
j) Ibuhos ang glaze na ito sa ibabaw ng tinapay bago ihain.

43.Tinapay ng Saging na Binubuo ng Blueberry

MGA INGREDIENTS:
- 2 tasang all-purpose na harina
- 1 kutsarita ng baking soda
- 4 hinog na saging
- 1 malaking itlog
- 1 kutsarita vanilla extract
- ½ tasang asukal
- ½ tasang unsalted butter (1 stick), natunaw
- 1 kutsarita ng kanela (opsyonal)
- 1 tasang sariwang blueberries

MGA TAGUBILIN:
a) Painitin muna ang iyong oven sa 350°F (175°C).
b) Sa isang medium bowl, pagsamahin ang all-purpose flour at baking soda. Itabi ang halo na ito.
c) Sa isang malaking mixing bowl, i-mash ang hinog na saging gamit ang isang tinidor. Idagdag ang malaking itlog at vanilla extract, at ihalo nang mabuti.
d) Isama ang asukal at tinunaw na mantikilya sa pinaghalong saging. Kung ninanais, magdagdag ng kanela sa yugtong ito.
e) Dahan-dahang idagdag ang pinaghalong harina sa pinaghalong saging, haluin hanggang sa pagsamahin lamang.
f) Dahan-dahang tiklupin ang mga sariwang blueberries sa batter.
g) Pagwilig ng mantika sa isang kawali o mantika ito, at pagkatapos ay ibuhos ang batter sa kawali.
h) Maghurno sa 350°F (175°C) sa loob ng 65-75 minuto o hanggang sa maging golden brown ang tinapay.
i) Magpakasawa sa kasiya-siyang Blueberry-Infused Banana Bread, kung saan ang kumbinasyon ng hinog na saging at makatas na blueberries ay lumilikha ng perpektong pagkakatugma ng mga lasa. Enjoy!

44. Tropical Banana Bread

MGA INGREDIENTS:
TINAPAY:
- 1 ½ tasang hindi pinagpaputi na all-purpose na harina
- 2 kutsarita ng baking powder
- 1 pakurot ng asin
- 14 ounces lata ng dinurog na pinya
- 3 itlog
- 1 ¼ tasa ng asukal
- 1 kutsarita vanilla extract
- ½ tasang unsalted butter, natunaw at pinalamig
- 1 tasang hinog na saging, minasa gamit ang tinidor
- 2 kutsarang katas ng kalamansi
- ½ tasang hindi matamis na ginutay-gutay na niyog

SYRUP:
- ½ tasang asukal
- ¼ tasa ng katas ng kalamansi
- ½ tasa ng unsweetened shredded coconut, lightly toasted

MGA TAGUBILIN:
PARA SA TINAPAY:
a) Painitin muna ang iyong oven sa 350°F (180°C). Lagyan ng mantikilya ang dalawang anim na tasa (1.5-litro) na 10 x 4-pulgada (25 x 10 cm) na mga kawali at lagyan ang bawat isa ng isang piraso ng papel na parchment, na nagpapahintulot na ito ay magsabit sa magkabilang panig.

b) Sa isang mangkok, pagsamahin ang harina, baking powder, at asin. Itabi ang tuyong pinaghalong ito.

c) Patuyuin ang pinya gamit ang isang salaan, pinindot ito ng isang sandok upang makuha ang mas maraming likido hangga't maaari. Itabi ang pinatuyo na pinya at ireserba ang juice para sa isa pang gamit.

d) Sa isa pang mangkok, gumamit ng electric mixer upang talunin ang mga itlog, asukal, at banilya hanggang sa dumoble ang timpla sa dami at mahulog sa mga ribbon mula sa beater, na dapat tumagal ng mga 10 minuto. Haluin ang tinunaw na mantikilya.

e) Idagdag ang minasa na saging at katas ng kalamansi, haluin hanggang sa maging makinis ang timpla. Haluin ang mga tuyong sangkap, ginutay-gutay na niyog, at ang pinatuyo na pinya.
f) Ikalat ang batter nang pantay-pantay sa mga inihandang kawali. Maghurno ng humigit-kumulang 40 minuto o hanggang sa lumabas na malinis ang isang toothpick na ipinasok sa gitna ng mga tinapay.
g) Hayaang lumamig ang mga tinapay sa wire rack.

PARA SA SYRUP:
h) Sa isang maliit na kasirola, pakuluan ang asukal at katas ng kalamansi. Pakuluan ng halos 2 minuto o hanggang sa tuluyang matunaw ang asukal.
i) Haluin ang bahagyang inihaw na hinimay na niyog.
j) Ibuhos ang syrup sa mainit na mga cake at hayaan itong magbabad sa loob ng 30 minuto.
k) Tangkilikin ang lasa ng tropiko sa Tropical Banana Bread na ito! Ito ay isang hiwa ng paraiso sa bawat kagat.

45. Tinapay ng Saging na Mango

MGA INGREDIENTS:
- 1 tasang asukal
- ½ tasang unsalted butter, sa temperatura ng kuwarto
- 2 malalaking itlog
- 2 hinog na saging
- ½ hinog na mangga, hiniwa
- 1 kutsarang gatas
- 1 kutsarita ng giniling na kanela
- 2 tasang harina
- 1 kutsarita ng baking powder
- 1 kutsarita ng baking soda
- 1 kutsarita ng asin
- ¾ kutsarita vanilla extract

MGA TAGUBILIN:
a) Painitin muna ang iyong hurno sa 325 degrees Fahrenheit (163 degrees Celsius). Pahiran o lagyan ng mantika ang isang kawali.
b) Sa isang malaking mixing bowl, pagsamahin ang asukal at room-temperature butter hanggang sa maging magaan at malambot ang timpla.
c) Idagdag ang mga itlog nang paisa-isa, matalo nang mabuti pagkatapos ng bawat karagdagan.
d) Sa isang maliit na mangkok, i-mash ang hinog na saging gamit ang isang tinidor.
e) Paghaluin ang gatas, giniling na kanela, at vanilla extract sa minasa na saging hanggang sa maayos na pagsamahin.
f) Dahan-dahang itupi ang cubed mango sa pinaghalong saging. Itabi ang halo na ito.
g) Sa isa pang mangkok, paghaluin ang harina, baking powder, baking soda, at asin.
h) Idagdag ang pinaghalong saging-mangga sa creamed sugar at butter mixture at haluin hanggang ang lahat ay pinagsama.
i) Panghuli, idagdag ang mga tuyong sangkap at haluin hanggang sa mabuo ang isang pare-parehong batter.
j) Ibuhos ang batter sa inihandang loaf pan at pakinisin ang tuktok.
k) Maghurno ng humigit-kumulang 65-75 minuto o hanggang sa lumabas na malinis ang isang toothpick na ipinasok sa gitna.
l) Hayaang lumamig ang Mango Banana Bread sa isang baking sheet bago ito alisin sa baking dish upang maiwasan ang pag-crack sa ibabaw.

46. Black Forest Banana Bread

MGA INGREDIENTS:
PARA SA TINAPAY NG SAGING:
- 3 hinog na saging, minasa
- ½ tasang unsalted butter, natunaw
- 1 tasa ng butil na asukal
- 2 malalaking itlog
- 1 kutsarita vanilla extract
- 1 ½ tasang all-purpose na harina
- ¼ tasa ng pulbos ng kakaw
- 1 kutsarita ng baking soda
- ½ kutsarita ng asin
- ½ tasang semisweet chocolate chips

PARA SA BLACK FOREST TOPPING:
- 1 tasa sariwang seresa, pitted at kalahati
- ¼ tasa ng butil na asukal
- ¼ tasa ng tubig
- 1 kutsarang gawgaw
- Whipped cream (para sa paghahatid, opsyonal)

MGA TAGUBILIN:
a) Painitin muna ang iyong oven sa 350°F (175°C). Grasa at harina ang isang 9x5-pulgadang kawali.
b) Sa isang mixing bowl, i-mash ang hinog na saging gamit ang isang tinidor hanggang makinis.
c) Sa isang hiwalay na malaking mangkok, haluin ang tinunaw na mantikilya at granulated sugar hanggang sa maayos na pagsamahin.
d) Idagdag ang mga itlog at vanilla extract sa pinaghalong butter-sugar, at haluin hanggang makinis.
e) Sa isa pang mangkok, salain ang all-purpose flour, cocoa powder, baking soda, at asin.
f) Dahan-dahang idagdag ang mga tuyong sangkap sa mga basang sangkap, haluin hanggang sa pagsamahin lamang. Huwag mag-overmix.
g) Dahan-dahang tiklupin ang semisweet chocolate chips.
h) Ibuhos ang banana bread batter sa inihandang loaf pan.

i) Maghurno sa preheated oven sa loob ng 60-70 minuto o hanggang sa malinis na lumabas ang isang toothpick na ipinasok sa gitna.
j) Habang nagluluto ang banana bread, ihanda ang Black Forest topping. Sa isang kasirola, pagsamahin ang pitted at kalahating cherry, granulated sugar, at tubig. Dalhin sa isang kumulo sa katamtamang init.
k) Sa isang maliit na mangkok, paghaluin ang cornstarch na may isang kutsarang tubig upang lumikha ng isang slurry. Idagdag ang slurry na ito sa kumukulong cherry mixture at haluin hanggang lumapot ang sauce. Alisin sa init at hayaang lumamig.
l) Kapag ang banana bread ay tapos na sa pagluluto, alisin ito mula sa oven at hayaan itong lumamig sa kawali nang mga 10 minuto bago ito ilipat sa isang wire rack upang ganap na lumamig.
m) Kapag lumamig na ang banana bread, sandok ang Black Forest cherry topping sa ibabaw ng tinapay.
n) Opsyonal, maghain ng mga hiwa ng Black Forest Banana Bread na may kasamang whipped cream.

47. Amaretto coconut bread

MGA INGREDIENTS

- 4 onsa Tofu
- 1 tasang Asukal
- ¼ tasa Amaretto
- 14 fluid ounce Gata ng niyog
- 2½ tasa ng harina
- ½ kutsarita ng Asin
- 1 kutsarang Baking powder
- 1 tasang walang tamis na coconut flakes

MGA TAGUBILIN

a) Painitin muna ang oven sa 350 F. Pahiran ng grasa ang isang 9" x 5" x 3" na kawali.
b) Haluin nang maigi ang tofu at asukal sa isang electric mixer o sa pamamagitan ng paghahalo ng mga ito nang magkasama sa isang malaking mangkok ng paghahalo kasama ang kagamitan na gusto mo. :-)
c) Paghaluin ang Amaretto at gata ng niyog sa tofu hanggang sa maihalo.
d) Samantala, salain ang harina, asin, at baking powder. Ihagis sa coconut flakes, pagkatapos ay idagdag ang mga tuyong sangkap sa likidong pinaghalong at haluing maigi.
e) Ilagay ang batter sa inihandang loaf pan. Maghurno hanggang matapos, mga 50 minuto.
f) Palamig ng kaunti bago alisin sa kawali.

48. Tinapay ng beet nut

MGA INGREDIENTS:
- ¾ tasa Shortening
- 1 tasang Asukal
- 4 na Itlog
- 2 kutsarita ng Vanilla
- 2 tasang ginutay-gutay na beets
- 3 tasang harina
- 2 kutsarita ng baking powder
- 1 kutsarita ng baking soda
- ½ kutsarita ng kanela
- ¼ kutsarita Ground nutmeg
- 1 tasang tinadtad na mani

MGA TAGUBILIN:

a) Talunin ang shortening at asukal hanggang sa magaan at malambot. Haluin ang mga itlog at vanilla. Gumalaw sa beets.
b) Magdagdag ng pinagsamang mga tuyong sangkap; haluing mabuti. Haluin ang mga mani.
c) Ibuhos sa 9x5" loaf pan na may mantika at may harina.
d) Maghurno sa 350'F. sa loob ng 60-70 minuto o hanggang sa lumabas na malinis ang kahoy na toothpick na ipinasok sa gitna.
e) Palamig sa loob ng 10 minuto; alisin sa kawali.

MGA SANDWICHES NG ALMUHAN

49. Mga Mini Caprese Sandwich

MGA INGREDIENTS:
- 12 mini slider buns o dinner roll
- 12 hiwa ng sariwang mozzarella cheese
- 2 kamatis, hiniwa
- Mga sariwang dahon ng basil
- Balsamic glaze
- Asin at paminta para lumasa

MGA TAGUBILIN:
a) Hatiin nang pahalang ang mga mini slider buns o dinner roll.
b) Maglagay ng slice ng mozzarella cheese, isang slice ng kamatis, at ilang dahon ng basil sa ilalim na kalahati ng bawat bun.
c) Pahiran ng balsamic glaze at timplahan ng asin at paminta.
d) Ilagay ang tuktok na kalahati ng tinapay sa mga palaman.
e) I-secure ang mga mini sandwich gamit ang mga toothpick kung ninanais.
f) Ihain at tangkilikin ang mga nakakapreskong Caprese sandwich na ito.

50. Mini Chicken Salad Sandwich

MGA INGREDIENTS:
- 12 mini croissant o maliliit na bread roll
- 2 tasang nilutong dibdib ng manok, ginutay-gutay o diced
- ½ tasa ng mayonesa
- 1 kutsarang Dijon mustard
- ¼ tasa ng kintsay, pinong tinadtad
- 2 berdeng sibuyas, hiniwa nang manipis
- Asin at paminta para lumasa

MGA TAGUBILIN:
a) Sa isang mangkok, paghaluin ang ginutay-gutay o diced na dibdib ng manok, mayonesa, Dijon mustard, kintsay, at berdeng mga sibuyas hanggang sa maayos na pinagsama.
b) Timplahan ng asin at paminta ayon sa panlasa.
c) Hatiin nang pahalang ang mga mini croissant o bread roll.
d) Magsandok ng maraming dami ng chicken salad sa ibabang kalahati ng bawat croissant o roll.
e) Ilagay ang tuktok na kalahati ng croissant o roll sa pagpuno.
f) I-secure ang mga mini sandwich gamit ang mga toothpick kung ninanais.
g) Ihain at tangkilikin ang malasang chicken salad sandwich na ito.

51.Mini Turkey at Cranberry Sandwich

MGA INGREDIENTS:
- 12 mini dinner roll o maliit na bread roll
- 12 hiwa ng dibdib ng pabo
- ½ tasa ng sarsa ng cranberry
- Isang dakot ng baby spinach o dahon ng arugula
- ¼ tasa ng cream cheese
- Asin at paminta para lumasa

MGA TAGUBILIN:
a) Hatiin nang pahalang ang mga dinner roll o bread roll sa kalahati.
b) Ikalat ang cream cheese sa ilalim na kalahati ng bawat roll.
c) Layer ng hiniwang dibdib ng pabo, isang kutsarang puno ng cranberry sauce, at ilang baby spinach o arugula dahon sa ibabaw ng cream cheese.
d) Timplahan ng asin at paminta ayon sa panlasa.
e) Ilagay ang tuktok na kalahati ng roll sa mga fillings.
f) I-secure ang mga mini sandwich gamit ang mga toothpick kung ninanais.

52.Mini Ham at Cheese Slider

MGA INGREDIENTS:
- 12 mini slider buns o dinner roll
- 12 hiwa ng hamon
- 12 hiwa ng keso (tulad ng cheddar, Swiss, o provolone)
- 2 kutsarang Dijon mustard
- 2 kutsarang mayonesa
- 2 kutsarang mantikilya, natunaw
- ½ kutsarita ng bawang pulbos
- ½ kutsarita ng poppy seeds (opsyonal)

MGA TAGUBILIN:
a) Painitin muna ang oven sa 350°F (175°C).
b) Hatiin nang pahalang ang mga slider buns o dinner roll.
c) Ikalat ang Dijon mustard sa ibabang kalahati ng bawat bun at mayonesa sa itaas na kalahati.
d) Ilagay ang hiniwang ham at keso sa ilalim na kalahati ng bawat tinapay.
e) Ilagay ang tuktok na kalahati ng tinapay sa mga palaman upang lumikha ng mga sandwich.
f) Ilagay ang mga sandwich sa isang baking dish.
g) Sa isang maliit na mangkok, paghaluin ang tinunaw na mantikilya na may pulbos ng bawang. I-brush ang timpla sa ibabaw ng mga sandwich.
h) Budburan ang mga buto ng poppy sa mga sandwich kung ninanais.
i) Takpan ang baking dish na may foil at maghurno ng 10-15 minuto o hanggang matunaw ang keso at bahagyang ma-toast ang mga bun.
j) Ihain ang mainit at cheesy na ham at cheese slider na ito.

53.Mini Veggie Club Sandwich

MGA INGREDIENTS:
- 12 mini pita pockets o maliit na bread roll
- ½ tasa ng hummus
- 12 hiwa ng pipino
- 12 hiwa ng kamatis
- 12 hiwa ng avocado
- Isang dakot ng litsugas o sprouts
- Asin at paminta para lumasa

MGA TAGUBILIN:
a) Hatiin nang pahalang ang mga mini pita pockets o bread roll.
b) Ikalat ang hummus sa ibabang kalahati ng bawat bulsa o roll.
c) Ilagay ang mga hiwa ng pipino, hiwa ng kamatis, hiwa ng avocado, at lettuce o sprouts sa ibabaw ng hummus.
d) Timplahan ng asin at paminta ayon sa panlasa.
e) Ilagay ang itaas na kalahati ng bulsa o i-roll sa mga fillings.
f) I-secure ang mga mini sandwich gamit ang mga toothpick kung ninanais.
g) Ihain at tangkilikin ang mga malasang veggie club sandwich na ito.

54. Mini Cucumber at Cream Cheese Sandwich

MGA INGREDIENTS:
- 12 hiwa ng mini cocktail bread o finger sandwich
- 4 ounces (½ tasa) cream cheese, pinalambot
- 1 maliit na pipino, hiniwa ng manipis
- Mga sariwang sanga ng dill
- Asin at paminta para lumasa

MGA TAGUBILIN:
a) Ikalat ang isang manipis na layer ng pinalambot na cream cheese sa bawat slice ng cocktail bread.
b) Ayusin ang manipis na hiniwang pipino sa kalahati ng mga hiwa ng tinapay.
c) Timplahan ng asin at paminta ayon sa panlasa.
d) Itaas na may sariwang dill sprigs.
e) Ilagay ang natitirang mga hiwa ng tinapay sa itaas upang makagawa ng mga mini sandwich.
f) Gupitin ang mga crust kung ninanais at gupitin sa maliliit na parisukat o parihaba.

55. Mini Smoked Salmon at Dill Sandwich

MGA INGREDIENTS:
- 12 hiwa ng mini cocktail bread o finger sandwich
- 4 ounces pinausukang salmon
- 4 ounces cream cheese, pinalambot
- Sariwang dill, para sa dekorasyon
- Lemon wedges, para sa paghahatid

MGA TAGUBILIN:
a) Ikalat ang pinalambot na cream cheese sa bawat slice ng cocktail bread.
b) Maglagay ng hiwa ng pinausukang salmon sa kalahati ng mga hiwa ng tinapay.
c) Palamutihan ng sariwang dill.
d) Pigain ng kaunting lemon juice ang salmon kung ninanais.
e) Itaas ang natitirang mga hiwa ng tinapay upang lumikha ng mga mini sandwich.
f) Gupitin ang mga gilid at gupitin sa maliliit na tatsulok o parisukat.

56. Mini Egg Salad Sandwich

MGA INGREDIENTS:
- 12 hiwa ng mini cocktail bread o finger sandwich
- 4 hard-boiled na itlog, tinadtad
- 2 kutsarang mayonesa
- 1 kutsarita ng Dijon mustard
- Asin at paminta para lumasa
- Mga sariwang chives, tinadtad (para sa dekorasyon)

MGA TAGUBILIN:
a) Sa isang mangkok, pagsamahin ang tinadtad na hard-boiled na itlog, mayonesa, Dijon mustard, asin, at paminta. Haluing mabuti.
b) Ikalat ang pinaghalong egg salad sa kalahati ng mga hiwa ng tinapay.
c) Budburan ng tinadtad na sariwang chives.
d) Itaas ang natitirang mga hiwa ng tinapay upang lumikha ng mga mini sandwich.
e) Gupitin ang mga gilid at gupitin sa maliliit na parisukat o parihaba.

57. Mini Roast Beef at Horseradish Sandwich

MGA INGREDIENTS:
- 12 mini slider buns o maliliit na roll
- 6 na onsa ng manipis na hiniwang inihaw na baka
- 2 kutsarang inihandang sarsa ng malunggay
- dahon ng arugula

MGA TAGUBILIN:
a) Ikalat ang isang manipis na layer ng malunggay sauce sa isang gilid ng bawat slider bun.
b) Maglagay ng ilang hiwa ng inihaw na baka sa ilalim na kalahati ng mga bun.
c) Itaas na may mga dahon ng arugula at pagkatapos ay ang tuktok na kalahati ng mga buns upang lumikha ng mga mini sandwich.

58.Mini Watercress at Radish Sandwich

MGA INGREDIENTS:
- 12 mini slice ng whole-grain bread o maliliit na roll
- Mga dahon ng watercress
- Mga labanos na hiniwang manipis
- Cream cheese
- Sarap ng lemon

MGA TAGUBILIN:
a) Ikalat ang isang layer ng cream cheese sa kalahati ng mga hiwa ng tinapay.
b) Ipatong ang mga dahon ng watercress at hiniwang mga labanos sa ibabaw.
c) Budburan ng lemon zest.
d) Itaas ang natitirang mga hiwa ng tinapay upang lumikha ng mga mini sandwich.

SCONES

59.Mimosa Scones

MGA INGREDIENTS:
- 2 tasang all-purpose na harina
- ¼ tasa ng butil na asukal
- 1 kutsarang baking powder
- ½ kutsarita ng asin
- ½ tasa malamig na unsalted butter, gupitin sa maliliit na cubes
- ¼ tasa ng mabigat na cream
- ¼ tasa ng orange juice
- ¼ tasa ng champagne o sparkling na alak
- 1 kutsarita ng orange zest
- ½ tasang pinatuyong cranberry o gintong pasas (opsyonal)
- 1 malaking itlog, pinalo (para sa paghugas ng itlog)
- Magaspang na asukal para sa pagwiwisik

MGA TAGUBILIN:
a) Painitin muna ang iyong oven sa 400°F (200°C). Iguhit ang isang baking sheet na may parchment paper.
b) Sa isang malaking mangkok, haluin ang harina, asukal, baking powder, at asin.
c) Idagdag ang malamig na butter cubes sa mga tuyong sangkap at gupitin ang mga ito gamit ang isang pastry cutter o dalawang kutsilyo hanggang ang timpla ay maging katulad ng mga magaspang na mumo.
d) Sa isang hiwalay na mangkok, paghaluin ang mabibigat na cream, orange juice, champagne, at orange zest.
e) Ibuhos ang mga basang sangkap sa tuyong pinaghalong at haluin hanggang sa pagsamahin lamang. Idagdag ang pinatuyong cranberry o gintong pasas kung gagamitin.
f) Ilipat ang kuwarta sa ibabaw ng floured at i-pat ito sa isang bilog na halos 1 pulgada ang kapal. Gupitin ang bilog sa 8 wedges.
g) Ilagay ang mga scone sa inihandang baking sheet, i-brush ang mga tuktok gamit ang pinalo na itlog, at budburan ng magaspang na asukal.
h) Maghurno sa preheated oven sa loob ng 15-18 minuto o hanggang sa maging golden brown ang mga scone.
i) Hayaang lumamig nang bahagya ang mga scone bago ihain.

60.Mga Scone ng Birthday Cake

MGA INGREDIENTS:
PARA SA MGA SCONES:
- 2 tasang all-purpose na harina
- ¼ tasa ng butil na asukal
- 2 kutsarita ng baking powder
- ½ kutsarita ng asin
- ½ tasang unsalted butter, malamig at cubed
- ½ tasang buttermilk
- 1 kutsarita vanilla extract
- ¼ tasa ng makukulay na sprinkles

PARA SA GLAZE:
- 1 tasang may pulbos na asukal
- 2 kutsarang gatas
- ½ kutsarita vanilla extract
- Mga karagdagang sprinkle para sa dekorasyon (opsyonal)

MGA TAGUBILIN:
a) Painitin muna ang iyong oven sa 200°C (400°F) at lagyan ng parchment paper ang isang baking sheet.
b) Sa isang malaking mixing bowl, haluin ang harina, granulated sugar, baking powder, at asin.
c) Idagdag ang malamig na cubed butter sa mga tuyong sangkap. Gumamit ng pastry cutter o ang iyong mga daliri upang gupitin ang mantikilya sa pinaghalong harina hanggang sa ito ay maging katulad ng mga magaspang na mumo.
d) Sa isang hiwalay na mangkok, haluin ang buttermilk at vanilla extract.
e) Dahan-dahang ibuhos ang pinaghalong buttermilk sa mga tuyong sangkap, haluin hanggang sa pagsamahin lamang.
f) Dahan-dahang tiklupin ang mga makukulay na sprinkles, mag-ingat na huwag mag-overmix at mawala ang makulay na mga kulay.
g) Ilipat ang kuwarta sa isang bahagyang floured na ibabaw. Hugis ito sa isang bilog o parihaba, mga 1 pulgada ang kapal.
h) Gamit ang isang matalim na kutsilyo o isang pastry cutter, gupitin ang kuwarta sa mga wedge o mga parisukat, depende sa iyong gustong hugis at sukat.

i) Ilagay ang mga scone sa inihandang baking sheet, na nag-iiwan ng ilang espasyo sa pagitan ng bawat scone.
j) Ihurno ang mga scone sa preheated oven sa loob ng mga 15-20 minuto, o hanggang sila ay maging golden brown at maluto.
k) Habang nagluluto ang mga scone, ihanda ang glaze. Sa isang mixing bowl, haluin ang powdered sugar, gatas, at vanilla extract hanggang makinis at mag-atas.
l) Kapag ang mga scone ay tapos na sa pagluluto, alisin ang mga ito mula sa oven at hayaan silang lumamig sa isang wire rack sa loob ng ilang minuto.
m) Ibuhos ang glaze sa mga mainit na scone, hayaan itong tumulo sa mga gilid.
n) Opsyonal: Magwiwisik ng mga karagdagang makukulay na sprinkle sa ibabaw ng glaze para sa dagdag na festive touch.
o) Hayaang itakda ang glaze ng ilang minuto bago ihain ang mga scone ng birthday cake.

61.Mga Cappuccino Scone

MGA INGREDIENTS:
- 2 tasang all-purpose na harina
- ¼ tasa ng butil na asukal
- 2 kutsarang instant coffee granules
- 1 kutsarang baking powder
- ½ kutsarita ng asin
- ½ tasa malamig na unsalted butter, cubed
- ½ tasang mabigat na cream
- ¼ tasa ng matapang na timplang kape, pinalamig
- 1 kutsarita vanilla extract
- ½ tasang semisweet chocolate chips (opsyonal)
- 1 itlog (para sa paghugas ng itlog)
- Magaspang na asukal (para sa pagwiwisik, opsyonal)

MGA TAGUBILIN:

a) Painitin muna ang iyong oven sa 400°F (200°C) at lagyan ng parchment paper ang isang baking sheet.
b) Sa isang malaking mixing bowl, haluin ang harina, granulated sugar, instant coffee granules, baking powder, at asin.
c) Idagdag ang malamig na cubed butter sa mga tuyong sangkap. Gumamit ng pastry cutter o ang iyong mga daliri upang ilagay ang mantikilya sa tuyong pinaghalong hanggang ito ay maging katulad ng mga magaspang na mumo.
d) Sa isang hiwalay na mangkok, pagsamahin ang mabigat na cream, brewed coffee, at vanilla extract.
e) Ibuhos ang mga basang sangkap sa tuyong pinaghalong at haluin hanggang sa pagsamahin lamang. Kung ninanais, tiklupin ang semisweet chocolate chips.
f) Ilabas ang kuwarta sa ibabaw ng harina at dahan-dahang masahin ito ng ilang beses hanggang sa magkadikit.
g) I-pat ang kuwarta sa isang bilog na halos 1 pulgada ang kapal. Gupitin ang bilog sa 8 wedges.
h) Ilagay ang mga scone sa inihandang baking sheet. Talunin ang itlog at i-brush ito sa ibabaw ng mga scone. Budburan ng magaspang na asukal, kung gagamit.
i) Maghurno sa preheated oven sa loob ng 15-18 minuto o hanggang sa maging golden brown ang scone at malinis ang toothpick na ipinasok sa gitna.
j) Hayaang lumamig ang cappuccino scone sa wire rack bago ihain.

62. Ginger at Currant Scone

MGA INGREDIENTS:
- 1 itlog, pinalo
- 3 kutsarang brown sugar, nakaimpake
- 1 kutsarita ng rum o rum-flavored extract
- 1 kutsarita ng baking powder
- 2 kutsarang gatas
- 1 tasang all-purpose na harina
- ¼ tasa ng mantikilya, pinalambot
- ¾ tasa ng currant
- 2 kutsarang minatamis na luya, tinadtad

MGA TAGUBILIN:

a) Sa isang malaking mangkok, paghaluin ang lahat ng mga sangkap hanggang sa maihalo. Hatiin ang kuwarta sa 8 hanggang 10 bola; patagin.

b) Ayusin ang mga scone sa ungreased baking sheets.

c) Maghurno sa 350 degrees para sa 15 minuto, o hanggang sa ginintuang.

63. Cinnamon Walnut Scones

MGA INGREDIENTS:
TOPPING:
- 2 kutsarang butil-butil na Splenda
- ½ kutsarita ng kanela

MGA SCONE:
- 2 tasang Baking Mix
- 1 kutsarita ng baking powder
- 1 kutsarita ng kanela
- ¼ tasa malamig na unsalted butter, gupitin sa maliliit na piraso
- 2 ounces malamig na cream cheese, gupitin sa maliliit na piraso
- ½ tasa ng walnut, tinadtad (mga 2 onsa)
- ⅓ tasa ng Carb Countdown milk o heavy cream
- 1 itlog, pinalo
- ¾ tasa butil-butil na Splenda
- 1 kutsarita vanilla extract
- 1 kutsarang mabigat na cream

MGA TAGUBILIN:
a) Iguhit ang baking sheet na may parchment paper o nonstick baking liner. Sa isang maliit na mangkok, ihalo ang topping
b) MGA INGREDIENTS: butil-butil na Splenda at cinnamon. Itabi ang halo na ito.
c) Sa isang medium bowl, haluin ang baking powder at cinnamon sa Baking Mix.
d) Gupitin ang malamig na mantikilya at cream cheese hanggang sa ang timpla ay kahawig ng maliliit na gisantes.
e) Idagdag ang tinadtad na mga walnut sa pinaghalong.
f) Sa isang hiwalay na mangkok, paghaluin ang gatas (o mabigat na cream), pinalo na itlog, pampatamis (granular Splenda o likidong Splenda, depende sa iyong pinili), at vanilla extract.
g) Idagdag ang basang timpla sa tuyong timpla at haluin hanggang sa magkadikit ang masa. Ang kuwarta ay magiging malagkit.
h) Ilabas ang kuwarta sa ibabaw na bahagyang nalagyan ng alikabok ng Baking Mix. Alikabok ang tuktok ng kuwarta gamit ang Baking Mix at dahan-dahang tapikin ito sa isang 1-pulgadang kapal.

i) Gupitin ang kuwarta gamit ang isang 2-pulgada na pamutol ng biskwit at maingat na ilagay ang mga scone sa baking sheet. Dahan-dahang i-pat out ang mga piraso ng kuwarta at gupitin ang mga ito upang gawin ang natitirang mga scone.
j) I-brush ang mga tuktok ng scone na may 1 kutsara ng heavy cream.
k) Iwiwisik nang pantay-pantay ang topping mixture sa lahat ng scone.
l) Maghurno sa isang preheated oven sa 400ºF sa loob ng 12-15 minuto o hanggang sa maging golden brown ang mga scone.
m) Ihain nang mainit ang mga scone, at isaalang-alang ang pagpapares sa kanila ng mantikilya, clotted cream, o mascarpone cheese. Ang Mock Clotted Cream ay isa ring magandang topping para sa mga scone na ito. Enjoy!

64.Limoncello Scones

MGA INGREDIENTS:
- 2 tasang all-purpose na harina
- ¼ tasa ng asukal
- 2 kutsarita ng baking powder
- ½ kutsarita ng asin
- ½ tasa malamig na unsalted butter, gupitin sa maliliit na cubes
- ½ tasang mabigat na cream
- ¼ tasa Limoncello liqueur
- Sarap ng 1 lemon
- ½ tasang powdered sugar (para sa glaze)
- 1 kutsarang Limoncello (para sa glaze)

MGA TAGUBILIN:
a) Painitin muna ang iyong oven sa 400°F (200°C) at lagyan ng parchment paper ang isang baking sheet.
b) Sa isang malaking mangkok, haluin ang harina, asukal, baking powder, at asin.
c) Idagdag ang malamig na butter cubes sa pinaghalong harina at gupitin ito gamit ang isang pastry cutter o ang iyong mga daliri hanggang ang timpla ay maging katulad ng mga magaspang na mumo.
d) Sa isang hiwalay na mangkok, pagsamahin ang mabibigat na cream, Limoncello, at lemon zest.
e) Ibuhos ang pinaghalong cream sa pinaghalong harina at haluin hanggang sa mabuo ang masa.
f) Ilipat ang kuwarta sa ibabaw ng bahagyang floured at masahin ito ng malumanay ng ilang beses.
g) I-tap ang kuwarta sa isang bilog na humigit-kumulang 1 pulgada ang kapal, pagkatapos ay i-cut ito sa 8 wedges.
h) Ilagay ang mga scone sa inihandang baking sheet at maghurno ng 15-18 minuto o hanggang sa maging golden brown.
i) Sa isang maliit na mangkok, haluin ang powdered sugar at Limoncello para gawing glaze.
j) Ibuhos ang glaze sa mainit na scone at hayaang lumamig nang bahagya bago ihain.

65. Cinnamon coffee scones

MGA INGREDIENTS:
- 2 tasang self-rising na harina
- 2 kutsarita ng kanela
- 6 na kutsarang Asukal
- ¾ tasa ng unsalted butter
- 2 itlog
- ¼ tasa Strong brewed Folgers Coffee
- ¼ tasa ng Gatas
- ½ tasang gintong pasas
- ½ tasa tinadtad na pecan
- Dagdag na gatas at asukal para sa mga toppings

MGA TAGUBILIN:

a) Pagsamahin ang harina, kanela, at asukal. Gupitin ang mantikilya sa mga piraso ng kutsara at timpla sa tuyong pinaghalong.

b) Paghaluin ang mga itlog, kape, at gatas. Haluin ang tuyo na timpla upang bumuo ng malambot na kuwarta. Haluin ang prutas at mani. Lumiko sa isang floured board at dahan-dahang i-pat sa isang bilog ng kuwarta na humigit-kumulang ½" ang kapal. Gupitin ang mga bilog gamit ang floured biscuit cutter at ilagay ang mga ito sa isang greased baking sheet.

c) Dahan-dahang i-brush ang mga tuktok na may gatas at maghurno sa isang preheated 400 F. oven para sa 12-15 minuto o hanggang sa ginintuang kayumanggi. Ihain nang mainit.

66. Coconut at Pineapple Scones

MGA INGREDIENTS:
MGA SCONE:
- 2 tasang Baking Mix
- 1 kutsarita ng baking powder
- ¼ tasa ng unsalted butter, matigas, gupitin sa maliliit na piraso
- 2 ounces cream cheese
- ½ tasa ng mala-anghel na niyog
- ½ tasa ng macadamia nuts, tinadtad
- Sugar Substitute sa katumbas na ⅓ tasa ng asukal
- ⅓ tasa Carb Countdown Dairy Inumin
- 1 malaking itlog, pinalo
- 1 kutsarita katas ng pinya
- 1 kutsarang heavy cream para sa basting

ANGEL TYPE COCONUT:
- ½ tasang hindi matamis na ginutay-gutay na niyog
- 1 ½ kutsara. tubig na kumukulo
- Sugar substitute sa katumbas ng 2 kutsarita. ng asukal

MGA TAGUBILIN:
ANGEL TYPE COCONUT:
a) Ilagay ang niyog sa isang maliit na mangkok. Ibuhos ang kumukulong tubig at pampatamis sa ibabaw nito at haluin hanggang sa mamasa-masang mabuti ang niyog.
b) Maglagay ng isang sheet ng plastic wrap sa ibabaw ng mangkok at hayaang tumayo ito ng 15 minuto.

MGA SCONE:
c) Painitin ang oven sa 400 degrees. Iguhit ang isang baking sheet na may parchment paper.
d) Sa isang medium-sized na mangkok, haluin ang kutsarita ng baking powder sa Baking Mix.
e) Gupitin ang mantikilya at cream cheese sa Baking Mix hanggang ang timpla ay kahawig ng mga magaspang na mumo. Haluin ang niyog at macadamia nuts.
f) Sa isang hiwalay na mangkok, paghaluin ang gatas, itlog, kapalit ng asukal, at katas ng pinya.

g) Idagdag ang basang timpla sa tuyo at haluin hanggang sa mabuo ang malambot na masa (ito ay malagkit).
h) Ilabas ang kuwarta sa ibabaw na bahagyang nalagyan ng alikabok ng Baking Mix.
i) Dahan-dahang igulong ang kuwarta upang mabalot. Mahina nang bahagya ng 10 beses.
j) I-tap ang dough sa 7" circle sa parchment-lineed baking sheet. Kung masyadong malagkit ang dough, takpan ito ng isang piraso ng plastic wrap at pagkatapos ay bumuo ng bilog. Brush ang tuktok na may cream. Gupitin sa 8 wedges ngunit huwag magkahiwalay.
k) Maghurno ng 15 hanggang 20 minuto o hanggang mag-golden brown. Alisin sa oven. Maghintay ng 5 minuto, pagkatapos ay maingat na gupitin at paghiwalayin ang mga wedge sa mga linya ng puntos. Ihain nang mainit.

67.Pumpkin Cranberry Scones

MGA INGREDIENTS:
- 2 tasang Baking Mix
- 1 kutsarang mantikilya
- 2 pakete ng Splenda
- ¾ tasa ng de-latang kalabasa, malamig
- 1 itlog, pinalo
- 1 kutsarang mabigat na cream
- ½ tasa ng sariwang cranberry, hinati

MGA TAGUBILIN:
a) Painitin muna ang iyong oven sa 425°F (220°C).
b) Gupitin ang mantikilya sa Baking Mix.
c) Idagdag ang Splenda (adjust sa panlasa), de-latang kalabasa, pinalo na itlog, at mabigat na cream sa pinaghalong Baking Mix. Pagsamahin ng mabuti ang mga sangkap, ngunit huwag mag-overmix.
d) Dahan-dahang tiklupin ang kalahating cranberry.
e) Hugis ang kuwarta sa 10 bola at ilagay ang mga ito sa isang mantikilya na cookie sheet. Pindutin nang dahan-dahan ang bawat bola, pakinisin ang mga panlabas na gilid.
f) Kung ninanais, i-brush ang mga tuktok ng scone na may karagdagang mabigat na cream.
g) Maghurno sa gitnang rack ng preheated oven sa loob ng 10-15 minuto o hanggang sa maging golden brown ang mga scone.
h) Ihain ang maiinit na scone na may mantikilya at/o whipped cream.

68.Mga Pink Lemonade Scone

MGA INGREDIENTS:
- 1 tasang mabigat na cream
- 1 tasang limonada
- 6 na patak ng kulay rosas na pangkulay ng pagkain
- 3 tasang self-rising na harina
- 1 kurot na asin
- jam, upang ihain
- cream, upang ihain

MGA TAGUBILIN:
a) Painitin muna ang oven sa 450°F
b) Ilagay ang lahat ng sangkap sa isang mangkok. Haluin nang bahagya hanggang sa pinagsama.
c) I-scrape sa ibabaw ng floured.
d) Masahin nang bahagya at hubugin ang kuwarta sa halos 1" makapal.
e) Pagkatapos ay gumamit ng isang bilog na pamutol upang gupitin ang mga scone.
f) Ilagay sa isang greased cookie sheet at brush tops na may kaunting gatas.
g) Maghurno sa loob ng 10-15 minuto o hanggang ma-brown ang tuktok.
h) Ihain kasama ng jam at cream.

69. Buttery Scones

MGA INGREDIENTS:
- 1 tasang buttermilk
- 1 itlog
- 3 kutsarang asukal
- 3½ tasa na hindi pinaputi na puting harina, hinati
- 2 kutsarita ng baking powder
- 1 kutsarita ng baking soda
- ½ kutsarita ng asin
- ½ tasa ng mantikilya, natunaw
- ½ tasang pasas

MGA TAGUBILIN:

a) Talunin ang buttermilk, itlog, at asukal kasama ng electric mixer sa katamtamang bilis. Salain ang 3 tasa ng harina na may baking powder, baking soda, at asin.

b) Magdagdag ng ⅔ ng pinaghalong harina sa pinaghalong buttermilk at haluing mabuti.

c) Unti-unting magdagdag ng tinunaw na mantikilya, pagpapakilos ng mabuti; magdagdag ng natitirang pinaghalong harina.

d) Magdagdag ng mga pasas at kaunting harina kung kinakailangan. Masahin ang kuwarta sa ibabaw na may harina 2 hanggang 3 beses.

e) Gupitin ang kuwarta sa 3 bahagi. Buuin ang bawat isa sa isang 1½-pulgadang makapal na bilog at gupitin sa 4 na pantay na bahagi. Ilagay sa isang greased baking sheet. Maghurno sa 400 degrees sa loob ng 15 minuto, o hanggang sa maging ginintuang ang mga tuktok.

70. Passion Fruit Scones

MGA INGREDIENTS:
- 2 tasang all-purpose na harina
- ⅓ tasa ng asukal
- 1 kutsarang baking powder
- ½ kutsarita ng asin
- ½ tasang unsalted butter, pinalamig at cubed
- ⅔ tasa ng passion fruit pulp
- ½ tasang mabigat na cream

MGA TAGUBILIN:
a) Painitin muna ang oven sa 400°F.
b) Sa isang mangkok ng paghahalo, pagsamahin ang harina, asukal, baking powder, at asin.
c) Idagdag ang pinalamig na mantikilya at gumamit ng pastry blender o ang iyong mga kamay upang gupitin ang mantikilya sa mga tuyong sangkap hanggang sa gumuho ang timpla.
d) Idagdag ang pulp ng passion fruit at mabigat na cream, haluin hanggang sa magsama ang kuwarta.
e) Ilabas ang kuwarta sa ibabaw ng floured at i-pat ito sa isang bilog.
f) Gupitin ang kuwarta sa 8 wedges
g) Ilagay ang mga scone sa isang baking sheet na nilagyan ng parchment paper.
h) Maghurno para sa 18-20 minuto o hanggang sa ginintuang kayumanggi.
i) Ihain nang mainit na may kasamang mantikilya at karagdagang passion fruit pulp.

71. Mint Scones

MGA INGREDIENTS:
- 2 tasang all-purpose na harina
- ¼ tasa ng asukal
- 1 kutsarang baking powder
- ¼ kutsarita ng asin
- ½ tasang unsalted butter, malamig at gupitin sa maliliit na piraso
- ½ tasa tinadtad na sariwang dahon ng mint
- ⅔ tasa ng mabigat na cream
- 1 malaking itlog
- 1 kutsarita vanilla extract

MGA TAGUBILIN:
a) Painitin ang hurno sa 400°F at lagyan ng parchment paper ang isang baking sheet.
b) Sa isang malaking mangkok, haluin ang harina, asukal, baking powder, at asin.
c) Gupitin ang mantikilya gamit ang isang pastry blender o ang iyong mga daliri hanggang sa ang timpla ay maging katulad ng mga magaspang na mumo.
d) Haluin ang tinadtad na dahon ng mint.
e) Sa isang hiwalay na mangkok, haluin ang mabigat na cream, itlog, at vanilla extract.
f) Idagdag ang mga basang sangkap sa mga tuyong sangkap at haluin hanggang sa magsama-sama ang timpla upang bumuo ng kuwarta.
g) Ilabas ang kuwarta sa isang bahagyang nilagyan ng harina at masahin sandali.
h) I-pat ang kuwarta sa isang bilog na halos 1 pulgada ang kapal.
i) Gupitin ang bilog sa 8 wedges.
j) Ilagay ang wedges sa inihandang baking sheet.
k) Maghurno ng 18-20 minuto, o hanggang ang mga scone ay bahagyang ginintuang kayumanggi at maluto.
l) Hayaang lumamig ang mga scone ng ilang minuto bago ihain.
m) Enjoy!

72. Amaretto Cherry Scones

MGA INGREDIENTS:
- 2 tasang all-purpose na harina
- ½ tasang asukal
- 2 kutsarita ng baking powder
- ½ kutsarita ng asin
- ½ tasang unsalted butter, pinalamig at cubed
- ½ tasa ng pinatuyong seresa, tinadtad
- ¼ tasang hiniwang almendras
- ¼ tasa amaretto
- ½ tasang mabigat na cream
- 1 itlog, pinalo

MGA TAGUBILIN:
a) Painitin muna ang oven sa 375°F.
b) Sa isang malaking mangkok, haluin ang harina, asukal, baking powder, at asin.
c) Gamit ang isang pastry cutter o ang iyong mga daliri, gupitin ang mantikilya sa mga tuyong sangkap hanggang ang timpla ay maging katulad ng mga magaspang na mumo.
d) Haluin ang pinatuyong seresa at hiniwang almendras.
e) Sa isang hiwalay na mangkok, haluin ang amaretto, mabigat na cream, at itlog.
f) Ibuhos ang mga basang sangkap sa mga tuyong sangkap at haluin hanggang sa magsama-sama ang timpla.
g) Ilabas ang kuwarta sa ibabaw na nilagyan ng harina at marahan nang marahan hanggang sa ito ay bumuo ng isang magkakaugnay na bola.
h) I-pat ang kuwarta sa isang bilog na halos 1 pulgada ang kapal.
i) Gupitin ang bilog sa 8 wedges.
j) Ilagay ang wedges sa isang baking sheet na nilagyan ng parchment paper.
k) I-brush ang tuktok ng mga scone na may kaunting dagdag na cream.
l) Maghurno para sa 20-25 minuto, hanggang sa ginintuang kayumanggi at maluto.
m) Ihain nang mainit na may kasamang ambon ng amaretto glaze (ginawa gamit ang powdered sugar at amaretto).

73. Toblerone Scones

MGA INGREDIENTS:
- 3 tasa + 2 Tbs harina
- ⅓ tasa ng asukal + higit pa para sa pagwiwisik
- 1 tbs baking powder
- ½ kutsarita ng baking soda
- ½ kutsarita ng asin
- 13 Tbs mantikilya, malamig
- 1 tasang buttermilk
- 3½ ounces Toblerone candy bar, tinadtad
- ½ tasang hiniwang almendras
- 2 tbs mantikilya, natunaw

MGA TAGUBILIN:
a) Paghaluin ang harina, asukal, baking powder, baking soda, at asin sa isang malaking mangkok.
b) Sa isang hiwalay na mangkok, gamit ang malalaking slot ng cheese grater, lagyan ng rehas ang mantikilya.
c) Itapon ang iyong gadgad na mantikilya sa mga tuyong sangkap at ihalo hanggang sa ang timpla ay maging katulad ng mga magaspang na mumo.
d) Idagdag sa buttermilk at haluin hanggang LANG magsama.
e) Ilagay nang mabuti ang tinadtad na Toblerone at mga almendras.
f) Hatiin ang batter sa dalawa. Kunin ang bawat kalahati at hugis ito sa isang maliit na bilog, mga 7-ish na pulgada.
g) Gupitin ang bawat bilog sa 6 na wedges gamit ang pizza cutter o matalim na kutsilyo.
h) I-brush ang bawat wedge ng kaunting tinunaw na mantikilya at budburan ng asukal.
i) Ilagay sa oven na pinainit sa 425 para sa mga 13 minuto.

74. Yuzu Scones

MGA INGREDIENTS:
SCONES
- 1⅓ tasa ng all-purpose na harina
- ¼ tasa ng organic na asukal sa tubo
- ¼ kutsarita ng asin
- ½ kutsarang baking powder
- ¼ tasa malamig na mantikilya
- 1 malaking itlog
- 1 kutsarita ng yuzu juice
- ¼ hanggang ½ tasa ng French vanilla kalahati at kalahati

GLAZE
- ½ tasang may pulbos na asukal
- 2½ kutsarang yuzu juice
- ½ kutsarang French vanilla kalahati at kalahati

MGA TAGUBILIN:
a) Pagsamahin ang harina, asukal, asin, at baking powder.
b) Idagdag ang malamig na mantikilya sa whisked ingredients na may pastry cutter.
c) Sa isa pang mangkok, bahagyang talunin ang itlog. Ihalo ang yuzu juice at kalahati at kalahati.
d) Dahan-dahang idagdag ang likido sa mga tuyong sangkap. Ibuhos at pukawin ang likido hanggang sa mabasa ang lahat ng mga mumo. Ang layunin ay magkaroon ng isang magkakaugnay na bola ng kuwarta.
e) Ilagay ang parchment paper sa ibabaw ng cookie sheet. Alikabok ng harina ang kuwarta at papel. I-slide ang kuwarta sa inihandang cookie sheet. Hatiin ang kuwarta sa anim na bunton.
f) Kulayan ang bawat punso ng kaunting kalahati at/o yuzu. Budburan ng asukal sa tubo.
g) Ilagay ang kawali sa freezer sa loob ng 30 minuto. Ihurno ang mga scone sa 425 degrees sa loob ng 22 hanggang 23 minuto. Palamigin ng 5 hanggang 10 minuto bago pahiran ng yuzu glaze.
h) Para gawing glaze: Haluin ang yuzu at kalahati at kalahati kasama ng powdered sugar.

75. Pistachio Scones

MGA INGREDIENTS:
- 1 ½ tasang harina
- ¼ tasang asukal
- ¼ kutsarita ng asin
- 1 ½ kutsarita ng baking powder
- 1 kutsarita ng lemon zest
- 4 na kutsarang mantikilya
- ⅓ tasang tinadtad, may kabibi na pistachio
- 1 itlog, bahagyang pinalo
- 2 kutsarang gatas

INSTRUCTIONS :
a) Painitin muna ang hurno sa 425F.
b) Sa isang malaking mangkok, paghaluin ang harina, asukal, asin, baking powder, at lemon zest. Gupitin sa mantikilya hanggang ang timpla ay kahawig ng mga magaspang na mumo. Ihalo sa pistachios.
c) Magdagdag ng itlog at gatas, paghaluin hanggang mamasa.
d) Igulong sa humigit-kumulang ½" makapal na parihaba. Gupitin sa mga tatsulok.
e) Ilagay sa isang un-greased cookie sheet. Maghurno para sa 12-15 min, hanggang sa ginintuang.
f) Alisin ang mga scone sa oven at hayaang lumamig sa wire rack sa loob ng 1-2 minuto bago kainin.

76.Oatmeal cinnamon scone

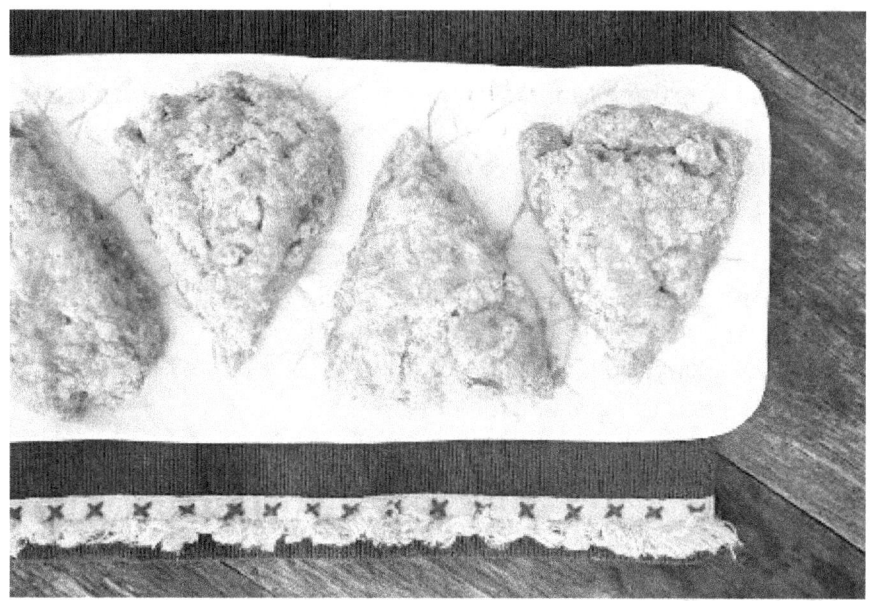

MGA INGREDIENTS:
- ¼ tasa ng oatmeal
- 1 kutsarita ng Asin
- 1¾ tasa ng harina
- 6 na kutsarang Mantikilya, gupitin sa ½-pulgadang mga cube
- ¼ tasa ng Asukal
- 1 kutsarita ng kanela
- ½ tasang Buttermilk O:
- ½ tasang Cream O:
- ½ tasang Gatas
- ¼ tasa ng brown sugar, nakaimpake
- 1 malaking Itlog, pinalo
- 1½ kutsarita ng baking powder
- 2 kutsarita ng vanilla extract
- 1 kutsarita ng baking soda
- ⅛ kutsarita Grated orange zest

MGA TAGUBILIN:
a) Ilagay ang rack sa gitna ng oven at painitin sa 375 degrees.
b) Sa isang malaking mangkok, salain ang harina, asukal, baking powder, baking soda, at asin. Magdagdag ng oatmeal at ihalo. Ipamahagi ang butter cubes sa pinaghalong harina. Gamit ang iyong mga daliri, mabilis na kuskusin ang butter cutes sa pinaghalong harina, hanggang ang timpla ay maging katulad ng isang magaspang na pagkain.
c) Sa isang katamtamang mangkok, haluin ang buttermilk, itlog, vanilla, at zest.
d) Idagdag ang pinaghalong likido sa pinaghalong harina. Gamit ang isang malaking rubber spatula, gamit ang kaunting stroke hangga't maaari, haluin nang dahan-dahan hanggang sa mabasa ang kuwarta at magsimulang magkadikit. Paghawak ng kuwarta nang kaunti hangga't maaari, haluin hanggang ang lahat ng mga sangkap ay ganap na pinagsama.

e) Gamit ang isang ⅓-c. measuring cup, ihulog ang kuwarta sa isang ungreased baking sheet, na nag-iiwan ng hindi bababa sa 1 pulgada sa pagitan ng mga scone.
f) Maghurno ng 16 hanggang 18 minuto, hanggang sa maging golden brown ang mga scone. Palamigin ang mga scone sa baking sheet na nakatakda sa wire rack sa loob ng 5 minuto. Gamit ang isang mental spatula, ilipat ang mga scone sa wire rack at ganap na palamig ang mga ito.
g) Ihain nang mainit-init o mag-imbak ng ganap na pinalamig na mga scone sa isang lalagyan ng airtight sa temperatura ng kuwarto.

77.Margarita Scones

MGA INGREDIENTS:
- 2 tasang harina
- ½ tasang asukal
- 3 kutsarita ng baking powder
- 1 kutsarita magaspang na Asin
- ½ tasang ice-cold butter, gupitin sa maliliit na piraso
- 4 patak ng lime oil
- 2 patak ng lemon oil
- ¼ tasa ng margarita mix
- ¼ tasa ng mabigat na cream
- 2 itlog

MGA TAGUBILIN:
a) Sa isang medium na mangkok, paghaluin ang harina, asukal, baking powder, at asin.
b) Gupitin sa malamig na mantikilya gamit ang isang pastry cutter hanggang sa ito ay maging katulad ng mga magaspang na mumo.
c) Paghaluin ang Margarita mix at heavy cream na may kalamansi at orange oil kasama ang mga itlog.
d) Haluin ang mga basang sangkap sa mga tuyong sangkap hanggang sa ito ay pinagsama lamang.
e) I-roll out ang kuwarta sa isang bahagyang floured surface.
f) Gupitin ang kuwarta sa nais na hugis
g) Ilagay ang mga scone sa isang baking sheet na nilagyan ng parchment
h) Maghurno sa 400 degrees sa loob ng 10 minuto.

78.Mga scone ng coconut flour na may sugar glaze

MGA INGREDIENTS:
BATTER:
- ¾ tasa ng harina ng niyog
- 6 na kutsarang tapioca starch
- ½ tasa ng asukal, asukal sa niyog, asukal sa maple, o erythritol
- 4 na kutsarita ng baking powder
- ½ kutsarita ng asin sa dagat
- ½ tasang mantikilya, malamig
- 3 malalaking itlog
- ½ tasang gata ng niyog o mabigat na cream
- 1 kutsarita vanilla extract
- 1 tasang sariwang blueberries
- 1 kutsarang mantikilya o langis ng niyog para sa glazing batter
- 2 kutsarang asukal o erythritol para sa pagwiwisik sa ibabaw

ICING:
- ½ tasang may pulbos na asukal
- 1 kutsarang sariwang lemon juice o binili sa tindahan

MGA TAGUBILIN:
a) Sa isang malaking mangkok paghaluin ang mga tuyong sangkap, harina ng niyog, tapioca starch, asukal, baking powder, at asin.

b) Kunin ang malamig na mantikilya at gupitin ito sa maliliit na cubes. Idagdag ang mantikilya sa mga tuyong sangkap at gamit ang isang tinidor o isang pastry blender, durugin ang mantikilya kasama ang mga tuyong sangkap. Gawin ito hanggang ang harina at ang mantikilya ay magmukhang maliliit na mumo. Aabutin ito ng hindi bababa sa 5 minuto.

c) Susunod, ilagay ang mangkok ng crumbled butter at harina sa freezer upang hindi ito matunaw habang ginagawa ang mga susunod na hakbang.

d) Sa isang medium-sized na mangkok, idagdag ang mga itlog at whisk upang ihalo.

e) Magdagdag ng gata ng niyog at banilya sa mga itlog at haluin upang ihalo.

f) Ibuhos ang mga basang sangkap sa ibabaw ng crumbled butter at gamit ang isang spatula, haluin hanggang sa pinagsama. Ang batter ay dapat sapat na makapal upang hawakan ang hugis nito. Bigyan ang harina ng niyog ng hindi bababa sa isang minuto upang masipsip ang lahat ng likido. Kung ang batter ay hindi sapat na makapal, magdagdag ng 1 kutsara ng coconut flour sa bawat pagkakataon sa batter hanggang sa ito ay nasa nais na kapal.

g) Idagdag ang mga blueberries sa batter at pukawin upang pagsamahin.
h) Iguhit ang isang malaking baking sheet na may parchment paper at ilagay ang batter sa parchment paper.
i) Gamit ang iyong mga kamay o isang spatula ay hulmahin ang batter sa hugis ng isang bilog na 8 pulgada ang lapad at humigit-kumulang 1 pulgada ang kapal.
j) Ilagay ang tray na may batter sa freezer para matigas. I-freeze ng 30 minuto.
k) Painitin muna ang oven sa 400° F.
l) Alisin sa freezer at gupitin sa 8 wedges.
m) Paghiwalayin ang mga wedges upang sila ay maghurno bilang hiwalay na mga hiwa.
n) Sa isang mangkok na ligtas sa microwave, tunawin ang 1 kutsarang mantikilya sa microwave.
o) I-brush o kutsara ang mantikilya sa bawat wedge. Budburan ng asukal.
p) Maghurno ng 25 minuto o hanggang ang mga gilid ay maging ginintuang at ang mga tuktok ay matibay.
q) Palamigin ang mga scone sa isang cooling rack.
r) Upang gawin ang icing, ilagay ang powdered sugar sa isang maliit na mangkok. Magdagdag ng lemon juice at pukawin hanggang ang icing ay pinagsama. Kung nais mong maging mas manipis ang icing, magdagdag ng higit pang lemon juice.
s) Ibuhos ang lemon juice sa mga pinalamig na scone at ihain.

79. Ginger at Currant Scone

MGA INGREDIENTS:
- 1 itlog, pinalo
- 3 kutsarang brown sugar, nakaimpake
- 1 kutsarita ng rum o rum-flavored extract
- 1 kutsarita ng baking powder
- 2 kutsarang gatas
- 1 tasang all-purpose na harina
- ¼ tasa ng mantikilya, pinalambot
- ¾ tasa ng currant
- 2 kutsarang minatamis na luya, tinadtad

MGA TAGUBILIN:
d) Sa isang malaking mangkok, paghaluin ang lahat ng mga sangkap hanggang sa maihalo. Hatiin ang kuwarta sa 8 hanggang 10 bola; patagin.
e) Ayusin ang mga scone sa ungreased baking sheets.
f) Maghurno sa 350 degrees para sa 15 minuto, o hanggang sa ginintuang.

MINIATURE CAKE

80.Cherry Coffee Cake

MGA INGREDIENTS:
- 1¾ tasa biskwit baking mix, hinati
- 1 itlog, pinalo
- ½ tasang asukal
- ¼ tasa ng gatas
- ½ kutsarita ng vanilla extract
- ⅛ kutsarita ng asin
- 21-ounce na lata ng cherry pie filling, bahagyang natuyo
- ½ tasang brown sugar, nakaimpake
- ⅓ tasang tinadtad na mga walnut
- ½ kutsarita ng kanela
- 3 tablespoons mantikilya, diced

MGA TAGUBILIN:
a) Pagsamahin ang 1½ tasa ng baking mix, itlog, asukal, gatas, banilya, at asin. Haluin hanggang makinis. Pindutin ang timpla sa isang bahagyang greased 8"x8" baking pan.
b) Pagpuno ng kutsarang pie sa pinaghalong kawali.
c) Paghaluin ang natitirang baking mix, brown sugar, nuts, cinnamon, at butter gamit ang pastry blender o tinidor hanggang sa gumuho.
d) Iwiwisik ang pagpuno ng pie.
e) Maghurno sa 375 degrees sa loob ng 30 minuto. Gupitin sa mga parisukat.

81. Mini Victoria Sponge Cake

MGA INGREDIENTS:
PARA SA SPONGE:
- 2 itlog
- 100g (mga 3.5 ounces) mantikilya, pinalambot
- 100g (mga 3.5 ounces) caster sugar
- 100g (mga 3.5 ounces) self-rising na harina
- ½ kutsarita ng baking powder
- ½ kutsarita vanilla extract

PARA SA PAGPUPUNO:
- Strawberry o raspberry jam
- Whipped cream

MGA TAGUBILIN:

a) Painitin muna ang iyong oven sa 180°C (350°F). Grasa at linya ng mini cupcake o lata ng cake.
b) Sa isang mangkok ng paghahalo, talunin ang mantikilya at asukal hanggang sa mag-atas. Idagdag ang mga itlog nang paisa-isa, ihalo nang mabuti pagkatapos ng bawat karagdagan. Ihalo ang vanilla extract.
c) Salain ang self-rising na harina at baking powder, pagkatapos ay itupi ito sa pinaghalong.
d) Ilagay ang batter sa mini cake tin.
e) Maghurno ng humigit-kumulang 12-15 minuto o hanggang ang mga cake ay maging ginintuang at mabulaklak sa pagpindot.
f) Kapag pinalamig, hatiin ang bawat mini cake sa kalahati nang pahalang. Ikalat ang jam at whipped cream sa isang kalahati, at ilagay ang isa pang kalahati sa itaas.
g) Alikabok ng may pulbos na asukal at ihain.

82. Mini Lemon Drizzle Cake

MGA INGREDIENTS:
- 2 itlog
- 100g (mga 3.5 ounces) mantikilya, pinalambot
- 100g (mga 3.5 ounces) caster sugar
- 100g (mga 3.5 ounces) self-rising na harina
- Sarap ng 1 lemon
- Juice ng 1 lemon
- 50g (mga 1.75 ounces) granulated sugar

MGA TAGUBILIN:
a) Painitin muna ang iyong oven sa 180°C (350°F). Grasa at linya ng mini cupcake o lata ng cake.
b) Sa isang mangkok ng paghahalo, talunin ang mantikilya at asukal sa caster hanggang sa mag-atas. Idagdag ang mga itlog nang paisa-isa, ihalo nang mabuti pagkatapos ng bawat karagdagan.
c) Salain ang self-rising na harina at idagdag ang lemon zest. Haluin hanggang sa maayos na pinagsama.
d) Ilagay ang batter sa mini cake tin at i-bake ng mga 12-15 minuto o hanggang sa maging ginintuang ang mga cake.
e) Habang nagluluto ang mga cake, paghaluin ang lemon juice at granulated sugar para maging ambon.
f) Sa sandaling lumabas ang mga cake mula sa oven, sundutin ang mga ito ng isang tinidor o toothpick at ibuhos ang pinaghalong lemon-asukal sa ibabaw ng mga ito.
g) Hayaang lumamig ang mga cake bago ihain.

83. Mini Chocolate Éclairs

MGA INGREDIENTS:
PARA SA CHUX PASTRY:
- 150ml (mga 5 onsa) na tubig
- 60g (mga 2 onsa) mantikilya
- 75g (mga 2.5 ounces) plain flour
- 2 malalaking itlog

PARA SA PAGPUPUNO:
- 200ml (mga 7 onsa) whipping cream
- Chocolate ganache (ginawa mula sa tinunaw na tsokolate at cream)

MGA TAGUBILIN:
a) Painitin muna ang iyong oven sa 200°C (390°F). Iguhit ang isang baking sheet na may parchment paper.
b) Sa isang kasirola, init ang tubig at mantikilya hanggang matunaw ang mantikilya. Alisin mula sa init at idagdag ang harina. Haluin nang masigla hanggang sa ito ay bumuo ng isang bola ng kuwarta.
c) Hayaang lumamig nang bahagya ang kuwarta, pagkatapos ay ihalo ang mga itlog nang paisa-isa hanggang sa makinis at makintab ang timpla.
d) Sandok o i-pipe ang choux pastry sa baking sheet sa maliliit na hugis na éclair.
e) Maghurno ng mga 15-20 minuto o hanggang sa sila ay puffed up at ginintuang.
f) Kapag pinalamig, gupitin ang bawat éclair sa kalahati nang pahalang. Punan ng whipped cream at lagyan ng chocolate ganache.

84. Mini Coffee Walnut Cake

MGA INGREDIENTS:
PARA SA CAKE:
- 2 itlog
- 100g (mga 3.5 ounces) mantikilya, pinalambot
- 100g (mga 3.5 ounces) caster sugar
- 100g (mga 3.5 ounces) self-rising na harina
- 1 kutsarang instant na kape na natunaw sa 1 kutsarang mainit na tubig
- 50g (mga 1.75 onsa) tinadtad na mga walnut

PARA SA ICING:
- 100g (mga 3.5 ounces) na pinalambot na mantikilya
- 200g (mga 7 onsa) icing sugar
- 1 kutsarang instant na kape na natunaw sa 1 kutsarang mainit na tubig

MGA TAGUBILIN:
a) Painitin muna ang iyong oven sa 180°C (350°F). Grasa at linya ng mini cupcake o lata ng cake.
b) Sa isang mangkok ng paghahalo, talunin ang mantikilya at asukal sa caster hanggang sa mag-atas. Idagdag ang mga itlog nang paisa-isa, ihalo nang mabuti pagkatapos ng bawat karagdagan.
c) Salain ang self-rising na harina at idagdag ang natunaw na kape. Haluin hanggang sa maayos na pinagsama.
d) Paghaluin ang tinadtad na mga walnuts.
e) Ilagay ang batter sa mini cake tin at i-bake ng mga 12-15 minuto o hanggang sa maging ginintuang ang mga cake.
f) Kapag lumamig na, gawin ang coffee icing sa pamamagitan ng paghaluin ang pinalambot na mantikilya, icing sugar, at natunaw na kape.
g) Lagyan ng yelo ang mga mini cake at palamutihan ng karagdagang tinadtad na mga walnut kung ninanais.

85. Mini Afternoon Tea Cake

MGA INGREDIENTS:
PARA SA MGA TEA CAKE:
- 3 kutsarang unsweetened cocoa powder
- 1 kutsarita ng baking soda
- 1 tasang all-purpose na harina
- ½ tasang mainit na tubig
- 1 kutsarita vanilla extract
- 3 kutsarang unsalted butter, natunaw
- ⅓ tasa ng ginutay-gutay na niyog
- 1 malaking itlog
- ½ tasa ng kulay-gatas

PARA SA GLAZE:
- 1 kutsarang unsalted butter
- 1 tasa ng sifted confectioner's sugar
- 2 kutsarang tubig
- ¼ kutsarita ng giniling na kanela
- ½ onsa na walang tamis na tsokolate
- 1 kutsarita vanilla extract

MGA TAGUBILIN:
PARA SA MGA TEA CAKE:
a) Painitin muna ang iyong hurno sa 375 degrees F (190 degrees C). Iguhit ang labindalawang 2½-pulgadang muffin cup na may mga paper liner.
b) Sa isang maliit na mangkok, ilagay ang cocoa powder at ihalo sa ½ tasa ng napakainit na tubig sa gripo upang matunaw ang kakaw.
c) Sa isang malaking mangkok, pagsamahin ang tinunaw na mantikilya at asukal. Talunin gamit ang isang electric mixer hanggang sa mahusay na pinaghalo.
d) Idagdag ang itlog at talunin hanggang sa maging magaan at mag-atas ang timpla, na dapat tumagal ng mga 1 hanggang 2 minuto.
e) Ibuhos ang dissolved cocoa mixture at talunin hanggang sa maging makinis ang batter.
f) Sa isang hiwalay na maliit na mangkok, paghaluin ang sour cream at baking soda. Ihalo ito sa pinaghalong butter-sugar-cocoa.

g) Idagdag ang all-purpose flour at vanilla extract, at talunin nang mabilis hanggang sa maging pantay ang mga sangkap. Haluin ang hinimay na niyog.
h) Ibuhos ang batter sa mga tasa ng muffin, hatiin ito nang pantay-pantay sa kanila, pinupuno ang mga ito ng halos tatlong-kapat na puno.
i) Maghurno ng humigit-kumulang 20 minuto o hanggang sa bumagsak ang mga tuktok ng mga tea cake kapag bahagyang hinawakan at malinis ang isang toothpick na ipinasok sa gitna.
j) Alisin ang mga tea cake mula sa muffin cups at hayaang lumamig nang bahagya sa isang rack habang inihahanda mo ang glaze.

PARA SA CHOCOLATE GLAZE:

k) Sa isang maliit na kasirola, pagsamahin ang mantikilya sa 2 kutsarang tubig. Ilagay ito sa mahinang apoy, ilagay ang unsweetened chocolate, at haluin hanggang matunaw ang tsokolate at bahagyang lumapot ang timpla. Alisin ito mula sa init.
l) Sa isang maliit na mangkok, pagsamahin ang sifted confectioner's sugar at ground cinnamon. Ihalo ang tinunaw na chocolate mixture at ang vanilla extract hanggang sa makamit mo ang makinis na glaze.
m) Ikalat ang humigit-kumulang 2 kutsarita ng chocolate glaze sa ibabaw ng bawat mainit na tea cake at hayaang lumamig nang husto.
n) Ang mga Afternoon Tea Cakes na ito kasama ang kanilang cinnamon-scented chocolate glaze ay nagbibigay ng isang kaaya-ayang treat upang ma-enjoy kasama ng iyong tsaa.

86. Mini Carrot Cake Bites

MGA INGREDIENTS:
PARA SA CAKE:
- 2 itlog
- 100g (mga 3.5 onsa) langis ng gulay
- 125g (mga 4.5 ounces) brown sugar
- 150g (mga 5.3 ounces) gadgad na karot
- 100g (mga 3.5 ounces) self-rising na harina
- ½ kutsarita ng giniling na kanela
- ½ kutsarita ng ground nutmeg
- ½ kutsarita vanilla extract
- Isang dakot ng mga pasas (opsyonal)

PARA SA CREAM CHEESE FROSTING:
- 100g (mga 3.5 ounces) cream cheese
- 50g (mga 1.75 ounces) na pinalambot na mantikilya
- 200g (mga 7 onsa) icing sugar
- ½ kutsarita vanilla extract

MGA TAGUBILIN:
a) Painitin muna ang iyong oven sa 180°C (350°F). Grasa at linya ng mini cupcake o lata ng cake.
b) Sa isang mangkok ng paghahalo, talunin ang mga itlog, langis ng gulay, at brown sugar hanggang sa maayos na pinagsama.
c) Haluin ang grated carrots, self-rising flour, ground cinnamon, ground nutmeg, vanilla extract, at mga pasas (kung ginagamit).
d) Ilagay ang batter sa mini cake tin at i-bake ng humigit-kumulang 12-15 minuto o hanggang sa matigas ang mga cake kapag hawakan at malinis ang toothpick kapag ipinasok.
e) Kapag lumamig na, gawing frosting ang cream cheese sa pamamagitan ng paghaluin ng cream cheese, softened butter, icing sugar, at vanilla extract.
f) Ice the mini carrot cakes with the cream cheese frosting.

87. Mini Red Velvet Cake

MGA INGREDIENTS:
PARA SA CAKE
- 2 itlog
- 100g (mga 3.5 ounces) mantikilya, pinalambot
- 150g (mga 5.3 ounces) granulated sugar
- 150g (mga 5.3 ounces) na all-purpose na harina
- 1 kutsarang unsweetened cocoa powder
- ½ kutsarita ng baking soda
- ½ kutsarita ng puting suka
- ½ kutsarita vanilla extract
- Ilang patak ng pulang pangkulay ng pagkain
- 125ml (mga 4.2 ounces) buttermilk

PARA SA CREAM CHEESE FROSTING:
- 100g (mga 3.5 ounces) cream cheese
- 50g (mga 1.75 ounces) na pinalambot na mantikilya
- 200g (mga 7 onsa) icing sugar
- ½ kutsarita vanilla extract

MGA TAGUBILIN:

a) Painitin muna ang iyong oven sa 180°C (350°F). Grasa at linya ng mini cupcake o lata ng cake.
b) Sa isang mangkok ng paghahalo, talunin ang mantikilya at butil na asukal hanggang sa mag-atas. Idagdag ang mga itlog nang paisa-isa, ihalo nang mabuti pagkatapos ng bawat karagdagan.
c) Sa isang hiwalay na mangkok, paghaluin ang harina at cocoa powder.
d) Sa isa pang maliit na mangkok, pagsamahin ang buttermilk, vanilla extract, at red food coloring.
e) Dahan-dahang idagdag ang mga tuyong sangkap at ang pinaghalong buttermilk sa pinaghalong mantikilya at asukal, na nagpapalit sa pagitan ng dalawa, nagsisimula at nagtatapos sa mga tuyong sangkap.
f) Sa isang maliit na mangkok, paghaluin ang baking soda at puting suka hanggang sa ito ay bumagsak, pagkatapos ay mabilis na itupi ito sa batter ng cake.
g) Ilagay ang batter sa mini cake tin at maghurno ng mga 12-15 minuto o hanggang sa matuyo ang mga cake.
h) Kapag lumamig na, gawing frosting ang cream cheese sa pamamagitan ng paghaluin ng cream cheese, softened butter, icing sugar, at vanilla extract.
i) Ice the mini red velvet cakes with the cream cheese frosting.

MGA CROISSANT

88.Bread at butter croissant na may Toblerone

MGA INGREDIENTS:
- 1 tasa ng pagbuhos ng cream
- 2 kutsarang caster sugar
- 1 kutsarita vanilla extract
- 100g Toblerone milk chocolate, pinaghiwa-piraso
- 6 Coles Bakery Mini Croissant
- 2 itlog
- 16 frozen na raspberry
- Icing sugar, sa alikabok, opsyonal

MGA TAGUBILIN:
a) Painitin muna ang oven sa 180C/160C fan forced. Grasa ang apat na 250ml ovenproof na pinggan.
b) Haluin ang cream, caster sugar, vanilla, at mga itlog sa isang malaking pitsel.
c) Gupitin ang bawat croissant sa kalahati nang pahalang at pagkatapos ay sa kalahating crossway.
d) Ilagay ang mga croissant sa mga inihandang pinggan.
e) Ibuhos ang pinaghalong itlog at itabi ng 10 minuto para magbabad.
f) Ilagay ang tsokolate at raspberry sa ibabaw at sa pagitan ng mga hiwa ng croissant.
g) Maghurno ng 25 minuto o hanggang sa maging ginintuang at itakda. Alikabok ng icing sugar, kung ninanais.

89.Mga Croissant ng Toblerone

MGA INGREDIENTS:
- 4 na croissant
- 125g Philadelphia spreadable cream cheese
- 100g Toblerone milk chocolate, halos tinadtad

MGA TAGUBILIN:
- Gupitin ang mga croissant nang pahalang gamit ang isang matalim na kutsilyo. Ikalat ang ilalim na kalahati ng mga croissant na may Philly.
- Budburan ng Toblerone. Isara ang takip. I-wrap ang croissant sa foil.
- Maghurno sa 150°C sa loob ng 10 minuto o hanggang sa uminit.

90.Nutella at Banana Croissant

MGA INGREDIENTS:
- 1 sheet ng puff pastry, lasaw
- ¼ tasa ng Nutella
- 1 saging, hiniwa ng manipis
- 1 itlog, pinalo
- Powdered sugar, para sa pag-aalis ng alikabok

MGA TAGUBILIN:
a) Painitin muna ang iyong oven sa 400°F (200°C).
b) Sa ibabaw ng bahagyang floured, igulong ang puff pastry sheet sa isang 12-inch square.
c) Gupitin ang parisukat sa 4 na mas maliit na mga parisukat.
d) Ikalat ang isang kutsara ng Nutella sa bawat parisukat, na nag-iiwan ng maliit na hangganan sa paligid ng mga gilid.
e) Maglagay ng ilang hiwa ng saging sa ibabaw ng Nutella.
f) I-roll up ang bawat parisukat mula sa isang sulok hanggang sa kabilang sulok, na bumubuo ng croissant na hugis.
g) Ilagay ang mga croissant sa isang baking sheet na nilagyan ng parchment paper.
h) I-brush ang croissant gamit ang pinalo na itlog.
i) Maghurno ng 15-20 minuto, hanggang sa ang mga croissant ay maging golden brown at puffed up.
j) Alikabok ng may pulbos na asukal bago ihain.

91.S'mores Croissant

MGA INGREDIENTS:
- 1 sheet ng puff pastry, lasaw
- ¼ tasa ng Nutella
- ¼ tasa ng mini marshmallow
- ¼ tasa ng graham cracker crumbs
- 1 itlog, pinalo
- Powdered sugar, para sa pag-aalis ng alikabok

MGA TAGUBILIN:
a) Painitin muna ang oven sa temperaturang nakasaad sa puff pastry package. Karaniwan, ito ay nasa paligid ng 375°F (190°C).
b) Sa ibabaw ng bahagyang floured, ibuka ang lasaw na puff pastry sheet at igulong ito nang bahagya sa pantay na kapal.
c) Gamit ang kutsilyo o pizza cutter, gupitin ang puff pastry sa mga tatsulok. Dapat kang makakuha ng humigit-kumulang 6-8 na tatsulok, depende sa laki na gusto mo.
d) Ikalat ang isang manipis na layer ng Nutella sa bawat tatsulok ng puff pastry, na nag-iiwan ng maliit na hangganan sa paligid ng mga gilid.
e) Iwiwisik ang mga mumo ng graham cracker sa ibabaw ng layer ng Nutella sa bawat tatsulok.
f) Maglagay ng ilang mini marshmallow sa ibabaw ng graham cracker crumbs, pantay-pantay na ipamahagi ang mga ito sa tatsulok.
g) Simula sa mas malawak na dulo ng bawat tatsulok, maingat na igulong ang pastry patungo sa matulis na dulo, na bumubuo ng hugis na croissant. Siguraduhing i-seal ang mga gilid upang maiwasang tumulo ang laman.
h) Ilagay ang mga inihandang croissant sa isang baking sheet na nilagyan ng parchment paper, na nag-iiwan ng ilang espasyo sa pagitan ng mga ito upang lumawak habang nagluluto.
i) I-brush ang tuktok ng bawat croissant ng pinalo na itlog, na magbibigay sa kanila ng magandang gintong kulay kapag inihurnong.
j) Ihurno ang S'mores Croissants sa preheated oven sa loob ng mga 15-18 minuto o hanggang sila ay maging golden brown at puffed up.

k) Kapag naluto na, alisin ang mga croissant sa oven at hayaang lumamig nang bahagya sa wire rack.
l) Bago ihain, lagyan ng pulbos na asukal ang S'mores Croissant, magdagdag ng tamis at kaakit-akit na pagtatapos.
m) I-enjoy ang iyong masarap na lutong bahay na S'mores Croissant bilang isang kasiya-siyang treat para sa almusal, dessert, o anumang oras na gusto mo ng masarap na kumbinasyon ng Nutella, marshmallow, at graham crackers.

92. Mga croissant sandwich sa almusal

MGA INGREDIENTS:
- 1 kutsarang langis ng oliba
- 4 na malalaking itlog, bahagyang pinalo
- Kosher salt at sariwang giniling na itim na paminta, sa panlasa
- 8 mini croissant, hinati nang pahalang
- 4 ounces na hiniwang manipis na ham
- 4 na hiwa ng cheddar cheese, hinati

MGA TAGUBILIN:
a) Init ang langis ng oliba sa isang malaking kawali sa medium-high heat. Idagdag ang mga itlog at lutuin, malumanay na pagpapakilos gamit ang isang silicone o heat-proof spatula, hanggang sa magsimula na silang mag-set; timplahan ng asin at paminta. Ipagpatuloy ang pagluluto hanggang sa lumapot at walang nakikitang likidong itlog ang natitira 3 hanggang 5 minuto.
b) Punan ang mga croissant ng mga itlog, ham, at keso upang makagawa ng 8 sandwich. Balutin nang mahigpit sa plastic wrap at i-freeze nang hanggang 1 buwan.
c) Upang magpainit muli, alisin ang plastic wrap mula sa isang frozen na sandwich at balutin ito ng isang tuwalya ng papel. Microwave, i-flip sa kalahati, sa loob ng 1 hanggang 2 minuto, hanggang sa tuluyang uminit.

93.Klasikong Bacon, Egg at Cheese Croissant

MGA INGREDIENTS:
- 2 malalaking croissant
- 4 na hiwa ng bacon
- 2 malalaking itlog
- 2 hiwa ng cheddar cheese
- 2 kutsarang unsalted butter
- Asin at paminta para lumasa

MGA TAGUBILIN:
a) Painitin muna ang oven sa 350°F.
b) Lutuin ang bacon sa isang kawali sa katamtamang init hanggang malutong. Alisin mula sa kawali at alisan ng tubig sa isang papel na may linyang tuwalya.
c) Hatiin ang mga itlog sa isang maliit na mangkok at haluin gamit ang isang tinidor hanggang sa piniri.
d) Sa isang non-stick skillet, tunawin ang 1 kutsarang mantikilya sa katamtamang mababang init. Idagdag ang mga itlog at lutuin, paminsan-minsang haluin, hanggang sa maluto at maluto. Timplahan ng asin at paminta, ayon sa panlasa.
e) Hatiin ang mga croissant sa kalahating pahaba at ilagay sa isang baking sheet.
f) Magdagdag ng isang slice ng cheddar cheese sa kalahati ng bawat croissant.
g) Itaas ang keso na may 2 hiwa ng bacon at isang scoop ng piniritong itlog.
h) Isara ang croissant sa kabilang kalahati at i-brush ang mga tuktok gamit ang natitirang kutsara ng mantikilya.
i) Maghurno sa preheated oven sa loob ng 5-7 minuto, o hanggang sa matunaw ang keso at matunaw ang mga croissant.
j) Ihain nang mainit at tamasahin ang iyong masarap na Bacon, Egg & Cheese Croissant!

94. Orange, Almond Croissant Sticky Buns

MGA INGREDIENTS:
PARA SA STICKY BUN FILLING:
- ½ tasang unsalted butter, pinalambot
- ½ tasa ng butil na asukal
- ½ tasa light brown sugar
- ¼ tasang pulot
- ½ kutsarita ng asin
- 1 kutsarita vanilla extract
- ½ kutsarita almond extract
- ½ tasang hiniwang almendras
- 2 kutsarang orange zest

PARA SA CROISSANT DOUGH:
- 1 pound croissant dough
- Flour para sa pag-aalis ng alikabok

MGA TAGUBILIN:

a) Painitin muna ang oven sa 375°F.
b) Sa isang medium na mangkok, talunin ang pinalambot na mantikilya, granulated sugar, light brown sugar, honey, asin, vanilla extract, at almond extract hanggang makinis.
c) Ihalo ang hiniwang almond at orange zest.
d) Sa ibabaw ng bahagyang floured, igulong ang croissant dough sa isang malaking parihaba, mga ¼ pulgada ang kapal.
e) Ikalat ang malagkit na bun filling nang pantay-pantay sa croissant dough.
f) Simula sa mahabang gilid, igulong ang kuwarta nang mahigpit sa isang log.
g) Gamit ang isang matalim na kutsilyo, hatiin ang log sa 12 pantay na piraso.
h) Ilagay ang mga piraso, gupitin sa gilid, sa isang greased 9-inch square baking dish.
i) Maghurno sa loob ng 25-30 minuto, o hanggang ang mga buns ay maging ginintuang kayumanggi at ang laman ay bubbly.
j) Alisin mula sa oven at hayaang lumamig ng 5-10 minuto.
k) Baligtarin ang mga malagkit na buns sa isang malaking serving platter.
l) Ihain nang mainit at tamasahin ang iyong masarap na Orange Almond Croissant Sticky Buns!

95. Pistachio Croissant

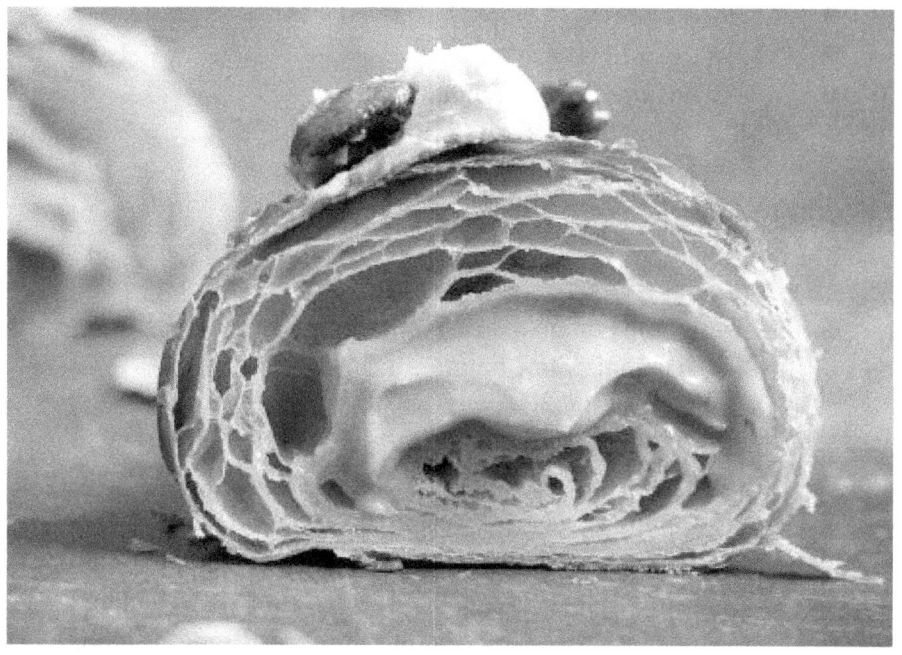

MGA INGREDIENTS:
- Pangunahing croissant dough
- 1 tasang pistachios, tinadtad
- ¼ tasa ng butil na asukal
- ¼ tasa unsalted butter, pinalambot
- 1 itlog na pinalo ng 1 kutsarang tubig

MGA TAGUBILIN:
a) Igulong ang croissant dough sa isang malaking parihaba.
b) Gupitin ang kuwarta sa mga tatsulok.
c) Sa isang mixing bowl, pagsamahin ang tinadtad na pistachios, asukal, at pinalambot na mantikilya.
d) Ikalat ang halo ng pistachio sa ilalim na kalahati ng bawat croissant.
e) Palitan ang itaas na kalahati ng croissant at pindutin nang dahan-dahan.
f) Ilagay ang mga croissant sa isang may linyang baking sheet, lagyan ng egg wash, at hayaang tumaas ng 1 oras.
g) Painitin muna ang oven sa 400°F (200°C) at i-bake ang mga croissant sa loob ng 20-25 minuto hanggang maging golden brown.

96. Hazelnut Chocolate Croissant

MGA INGREDIENTS:
- Pangunahing croissant dough
- ½ tasa ng mga hazelnut, tinadtad
- ½ tasang chocolate chips
- ¼ tasa ng butil na asukal
- ¼ tasa unsalted butter, pinalambot
- 1 itlog na pinalo ng 1 kutsarang tubig

MGA TAGUBILIN:
a) Igulong ang croissant dough sa isang malaking parihaba.
b) Gupitin ang kuwarta sa mga tatsulok.
c) Sa isang mixing bowl, pagsamahin ang mga tinadtad na hazelnuts, chocolate chips, asukal, at pinalambot na mantikilya.
d) Ikalat ang hazelnut chocolate mixture sa ilalim na kalahati ng bawat croissant.
e) Palitan ang itaas na kalahati ng croissant at pindutin nang dahan-dahan.
f) Ilagay ang mga croissant sa isang may linyang baking sheet, lagyan ng egg wash, at hayaang tumaas ng 1 oras.
g) Painitin muna ang oven sa 400°F (200°C) at i-bake ang mga croissant sa loob ng 20-25 minuto hanggang maging golden brown.

97. Mga Croissant ng Raspberry

MGA INGREDIENTS:
- Pangunahing croissant dough
- 1 tasang sariwang raspberry
- ¼ tasa ng butil na asukal
- 1 itlog na pinalo ng 1 kutsarang tubig

MGA TAGUBILIN:
a) Igulong ang croissant dough sa isang malaking parihaba.
b) Gupitin ang kuwarta sa mga tatsulok.
c) Maglagay ng mga sariwang raspberry sa bawat croissant.
d) Budburan ng granulated sugar ang mga raspberry.
e) Pagulungin ang bawat tatsulok pataas, simula sa malawak na dulo, at hubugin ito sa isang gasuklay.
f) Ilagay ang mga croissant sa isang may linya na baking sheet, at hayaang tumaas ng 1 oras.
g) Painitin muna ang oven sa 400°F (200°C) at i-bake ang mga croissant sa loob ng 20-25 minuto hanggang maging golden brown.

98.Mga Peach Croissant

MGA INGREDIENTS:
- Pangunahing croissant dough
- 2 hinog na mga milokoton, binalatan at hiniwa
- ¼ tasa ng butil na asukal
- ½ kutsarita ng giniling na kanela
- 1 itlog na pinalo ng 1 kutsarang tubig

MGA TAGUBILIN:
a) Igulong ang croissant dough sa isang malaking parihaba.
b) Sa isang maliit na mangkok, paghaluin ang mga diced peach, asukal, at kanela.
c) Ikalat ang pinaghalong peach nang pantay-pantay sa ibabaw ng kuwarta.
d) Gupitin ang kuwarta sa mga tatsulok.
e) Igulong ang bawat tatsulok pataas sa hugis na croissant.
f) Ilagay ang mga croissant sa isang may linyang baking sheet, lagyan ng egg wash, at hayaang tumaas ng 1 oras.
g) Painitin muna ang oven sa 400°F (200°C) at i-bake ang mga croissant sa loob ng 20-25 minuto hanggang maging golden brown.

99. Chocolate Covered Strawberry Croissant

MGA INGREDIENTS:
- 6 na croissant
- ½ tasa ng strawberry jam
- ½ tasang semisweet chocolate chips
- 1 kutsarang unsalted butter
- ¼ tasa ng mabigat na cream
- Mga sariwang strawberry, hiniwa (opsyonal)

MGA TAGUBILIN:
a) Painitin muna ang oven sa 375°F.
b) Hatiin ang bawat croissant sa kalahating pahaba.
c) Ikalat ang 1-2 kutsara ng strawberry jam sa ilalim na kalahati ng bawat croissant.
d) Palitan ang tuktok na kalahati ng bawat croissant at ilagay ang mga ito sa isang baking sheet.
e) Maghurno sa loob ng 10-12 minuto, o hanggang ang mga croissant ay bahagyang ginintuang kayumanggi.
f) Sa isang maliit na kasirola, tunawin ang chocolate chips, butter, at heavy cream sa mahinang apoy, patuloy na pagpapakilos, hanggang sa makinis.
g) Alisin ang mga croissant mula sa oven at hayaang lumamig ng ilang minuto.
h) Isawsaw ang tuktok ng bawat croissant sa pinaghalong tsokolate, hayaang tumulo ang labis.
i) Ilagay ang mga croissant na natatakpan ng tsokolate sa isang wire rack upang palamig at itakda.
j) Opsyonal: Ibabaw ng sariwang strawberry slice bago ihain.

100. Gingerbread Croissant

MGA INGREDIENTS:
- Pangunahing croissant dough
- 2 kutsaritang giniling na luya
- 1 kutsarita ng giniling na kanela
- ¼ kutsarita ng giniling na mga clove
- ¼ kutsarita ng ground nutmeg
- ½ tasang unsalted butter, natunaw
- ¼ tasa ng pulot
- 1 itlog na pinalo ng 1 kutsarang tubig

MGA TAGUBILIN:
a) Igulong ang croissant dough sa isang malaking parihaba.
b) Sa isang maliit na mangkok, paghaluin ang giniling na luya, giniling na kanela, giniling na mga clove, ground nutmeg, tinunaw na mantikilya, at pulot.
c) Ipahid ang gingerbread mixture sa ibabaw ng kuwarta.
d) Gupitin ang kuwarta sa mga tatsulok.
e) Igulong ang bawat tatsulok pataas sa hugis na croissant.
f) Ilagay ang mga croissant sa isang may linyang baking sheet, lagyan ng egg wash, at hayaang tumaas ng 1 oras.
g) Painitin muna ang oven sa 400°F (200°C) at i-bake ang mga croissant sa loob ng 20-25 minuto hanggang maging golden brown.

KONGKLUSYON

Sa pagtatapos namin ng "ANG PANGHULI MGA PAGGAMOT SA UMAGA AKLAT NG LUTUIN," umaasa kaming nasiyahan ka sa pagtuklas sa iba't ibang uri ng mga recipe at pagtuklas ng mga bagong paborito na idaragdag sa iyong routine sa umaga. Mas gusto mo man ang matamis o malasang pagkain, mayroong isang bagay para sa lahat sa mga pahinang ito.

Hinihikayat ka naming mag-eksperimento sa iba't ibang lasa, sangkap, at diskarte upang gawing sa iyo ang mga recipe na ito. Pagkatapos ng lahat, ang pagluluto ay tungkol sa pagkamalikhain at paggalugad tulad ng tungkol sa pagsunod sa mga tagubilin. Kaya huwag matakot na ilagay ang iyong sariling spin sa mga recipe na ito at iangkop ang mga ito upang umangkop sa iyong mga kagustuhan sa panlasa.

Habang nagpapatuloy ka sa iyong paglalakbay sa pagluluto, inaasahan naming pahalagahan mo ang mga sandali sa kusina, ang mga bango na pumupuno sa iyong tahanan, at ang kagalakan ng pagbabahagi ng masasarap na pagkain sa mga mahal mo. Tandaan, ang umaga ay isang oras para sa pagpapanibago at pagpapakain, at walang mas mahusay na paraan upang simulan ang iyong araw kaysa sa isang homemade treat na ginawa nang may pagmamahal.

Salamat sa pagsama sa amin sa masarap na pakikipagsapalaran na ito. Nawa'y mapuno ang iyong umaga ng init, tawanan, at, siyempre, maraming katakam-takam na pagkain. Happy baking!

www.ingramcontent.com/pod-product-compliance
Lightning Source LLC
Chambersburg PA
CBHW070700120526
44590CB00013BA/1039